கதவைத் திற
காற்று வரட்டும்

சிறுகதைகள்

ராசி அழகப்பன்

பரிதி பதிப்பகம்

கதவைத் திற காற்று வரட்டும்
சிறுகதைகள்

சி.அழகப்பன் (எ) ராசி அழகப்பன்©

முதற்பதிப்பு : மார்ச் 1982
இரண்டாம் பதிப்பு : மார்ச் 2021

வெளியீடு : பரிதி பதிப்பகம்
56சி/128, பாரத கோயில் அருகில், ஜோலார்பேட்டை,
திருப்பத்தூர் மாவட்டம் - 635 851
மின்னஞ்சல் : Parithijpt@gmail.com
அலைபேசி : 7200693200, 8098908840

அச்சாக்கம் : துர்கா பிரிண்டர்ஸ், சென்னை
நூலாக்கம் : தங்கம் கிராஃபிக்ஸ், சென்னை

பக்கங்கள் : 96
விலை: ரூ.100

Kathavai Thira Katru Varattum

C. Azhagappan (Alis) Rasi Azhagappan©

First Edition - March 1982
Second Edition - March 2021

Parithi Pathippagam
Published by Parithi Pathippagam
56C/128, Near Bharatha Kovil, Jolarpettai,
Tirupattur District-635851
Email: Parithijpt@gmail.com
Cell: 7200693200, 8098908840

Printed at Durga Printer, Chennai
Layout: Thangam Graphics, Chennai

Pages : 96
Price : Rs. 100

ISBN 978-81-930476-6-8

இந்த
இளம் பறவையின்
பயணத்திற்கு
உரம் பாய்ச்சிய
ஒரு
அற்புதப் பூபாளம்
வார்த்தைச் சித்தர்
வலம்புரிஜான்
அவர்களுக்கு காணிக்கை!

நாற்பதாண்டுகள் பின் எனது பார்வை.

வணக்கம்.

ராசி...

இப்போது மீண்டும் படித்துப் பார்த்தேன்..

எண்பதுகளில் நீயிருந்த சூழலும், கனவும் வெளிப்பட்டது.

கோபம்கூட அதிகம் தான்.

ஆமாம்.. அப்போதைய இளம் பருவம்.

ஒன்று கம்யூனிஸ்டாக, இல்லை பகுத்தறிவாளனாக அதுவுமின்றி என்றால் சமய சித்தாந்தம் கொண்டவனாகத்தான் இருக்க முடியும்.

நீ முதலிடத்தில் பயணித்ததை அறிய முடிகிறது..

இப்போதைய சிறு கதை மாற்றம், எண்ண வெளிப்பாடு மாறித்தான் உள்ளது...

ஆனால் அக்கால உனது எழுத்தில் இப்போதைய மாற்றத்தை எதிர்பார்ப்பது நியாயமில்லைதான்.

அன்றைய தணலில் உள்ள நியாயத்தை நான் எப்போதும் மதிக்கிறேன். வேறென்ன சொல்ல!

'கதவைத்திற காற்று வரட்டும்' 1982ல் சோவியத் கலாச்சார கழகத்தில் வலம்புரிஜான் வெளியிட மாலன்,

எஸ்.பி. முத்துராமன் வாழ்த்திப் பேசியது நினைவுக்கு வருகிறது.

எனது இந்தப் புத்தகத் தலைப்பு மீண்டும் வருகிறபோது ஆச்சரியங்களால் பலரின் புருவம் உயர்வதைப் பார்க்கிறேன்.

சொற்களின் சூட்சுமப் புரிதலை உணர்கிறேன். இந்நூலுக்கு முகப்பு அட்டை ஓவியம் இயக்குனர் சந்தோஷ் மனமுவந்து அளித்தார். உள் ஓவியம் கலை இயக்குனர் மகியின் கைவண்ணம். இந்நூலை தட்டச்சு செய்து வடிவமைத்த தனலட்சுமி அவர்களுக்கும் வடிவமைத்த ந.ரமேஷ் குமார் அவர்களுக்கு நட்பு எழுத்தாளர் பரிதி பதிப்பகம் இளம்பரிதி அவர்களுக்கும், என்னைப் பற்றிய எண்ணத்தை வெளிப்படுத்திய எழுத்தாளர் கடற்கரை மந்தவிலாச அங்கதம் அவர்களுக்கும் நன்றி!

சி.அழகப்பன் (எ) ராசி அழகப்பன்
அலைபேசி : +91 9176804412
இமெயில் : rasiazhagappan@yahoo.com

கதைகளின் கதை

ஒரு தேசத்தின் மௌன ஆயுதம். அதற்கு ஒரு எழுத்தாளரின் நெஞ்சத்திலிருந்து பயிற்சிக்குப் பிற்பாடு புறப்படுகிற திறன் அவசியம் இருக்க வேண்டும். பிரச்சனைகள் மனிதனைச் சுற்றி முற்றுகையிட்டுக் கொண்டிருக்கிற போது கனவுகளில் காலாற நடக்கலாம் என்று ஆசைப்படுவது மனிதாபிமானத்திற்கு அஞ்சலி செலுத்துகிற காரியம்.

பொழுது போக்குக்காக எழுதுகிறேன் என்று நான் சொல்லிக் கொண்டால் ‘அது நேரம் போவதற்காக காலத்தை கழுத்தைப் பிடித்து தள்ளுவதற்குச் சமம்’ என்று சொல்வதற்கு ஒப்பானது...

நான் பல சமயங்களில் நெற்றிப் புருவங்களை சுருக்கிக் கொண்டு யோசிப்பேன். என்ன சாதித்து விட முடியும்? கண்ணெதிரே எல்லா அநியாய காரியங்களும் நடக்கிறது. பார்த்து விட்டு சும்மா தானே போக முடிகிறது.

அப்போது என்னையே அறைந்து கொள்வேன். ‘அட சம்மாகிட’ இப்படித் தான் எல்லாப் பயலும் சொல்லிக் கொண்டு மூலையில் அமர்ந்து கொட்டாவி விடுகிறான்.

இரத்தம் எதற்கு? சொரணை எதற்கு? சுயபுத்தி என்பது வியாபாரம் செய்வதற்கா?

நடப்பதை எல்லாம் பார்த்துக் கொண்டு சும்மாயிருக்க முடியாது.

கோபம்...

மனிதனின் ஆண்மை

அது அற்றுப் போகிறவர்கள் எல்லாமிழந்து போனவர்கள்.

ஒரு செய்தி சொல்கிறேன்.

'டீ அருந்த இரண்டு பேர் வருகிறார்கள்.
டீ வருகிறது.
டீ நன்றாக இல்லை.
ஒரு அழுக்குப் பேர்வழி கோபப்பட்டு 'என்ன இப்படியிருக்கிறது பார்த்துப் போடக் கூடாதா' என்கிறான்.
டீக்கடைக்காரனோ 'பேண்ட் போட்டவரே குடிக்கிறார். உனக்கென்ன பெரிசா?' என்கிறான்.
'... த்தா அவன் குடிச்சா நானும் குடிக்கணுமா. எலே காசு கொடுக்கலே... வேர்வை சிந்தி சம்பாதிச்சது... எனாம் ஏசத்துக்கா போட்டு குடுக்கறே...'
என்று ஓங்கி அறைந்து விடுகிறான்.

இப்படிப்பட்ட கோபத்திற்கு நான் ஆதரவு தருகிறேன்.
என்னால் அந்த இடத்தில் 'கௌரவமாய் பரவாயில்லை' என்று நகர்ந்து போக முடியாது.

கோபமாகிக் கொதிப்பதை என்னால் ஏற்றுக் கொள்ள முடிகிறது.

இப்படித்தான் என் எழுத்து வெளிக்கிளம்பும்.

அப்படி எழாத வார்த்தைகளுக்கு என்ன அருகதையிருக்கப் போகிறது?

நானும் கச்சேரிக்குப் போகிறேன் என்று சொல்லிக் கொண்டு பிரயாணம் செய்கிற வார்த்தைகளை என்னால் அனுமதிக்க முடியாது.

என்னை புண்படுத்துகிற நேரமெல்லாம் சமூகத்தின் உரசல் அல்லது மனிதாபிமானத்தின் நெருக்கடி என்று எடுத்துக் கொள்வேன். அதை அப்படியே மனதில் பத்திரப் படுத்திக் கொள்வேன்.

ஒரு மனிதன் பல இடங்களில் பல முகங்களோடு நிற்கிறான்.

எல்லாம் அவனல்ல...

அவனுக்கே அவன் மேல் வருத்தம் உண்டு. கோபம் உண்டு. என்றாலும் தவிர்க்க முடியவில்லை.

இப்படிப் பல முகங்களோடு திரிகிறபோது ஒரு காரியத்தில் வெற்றி பெற முடிகிறது

முடிந்தவனின் முகங்கள் அகராதியாகி விடுகிறது.

தோற்றுப் போனவனின் முகங்கள் தீய குணங்களால் தீர்ப்பு எழுதப்படுகிறது.

இங்கே ஜெயித்துக் கொண்டிருப்பவர்களின் பாதை ஒரு கௌரவமான அரக்கனால் செப்பனிடப்பட்டதுதான்.

அன்பாய் கழுத்தை நெரிக்கிறவர்கள் குமணனாகி விடுகிறார்கள்.

சரி இப்படி மனிதன் வாழுகிற காலத்தை நாம் எடுத்தியம்ப வேண்டாமோ?

அதைச் சொல்ல என் எழுத்து தகுமோ?

யோசித்துக் கொண்டிருந்தால் என் வார்த்தைக்கு வயசாகி விடும்

சிந்தனைக்கு சரிக்கட்டிப் போகிற சமாதானப் போர்வை சுகமாகி விடும்.

நான் என்னை அடையாளம் கண்டு கொள்வதெல்லாம் யாரையாவது பார்த்து கோபப்படும் போது தான்.

குற்றப்பத்திரிகை வாசிப்பது எனக்கு உகந்ததல்ல

ஆனால் வாசிக்காதவர்கள் யார்?

அப்படி!

வாசிப்பவர்களின் ரேகைகள்

அவசியமானதல்லவா?

அதனால் எழுதுகிறேன்,

என் ரேகையும் தெரியட்டுமே

சரிதானே!

ராசி. அழகப்பன்

(1982ல் எழுதப்பட்ட முன்னுரை)

உள்ளே...

எங்கள் வானத்திற்கும் கீழே	15
ஆத்மா	25
இனி எழுதப் போவதில்லை	35
இதான் நிலைமை	53
கதவைத் திற காற்று வரட்டும்	61
நடக்கும்	87

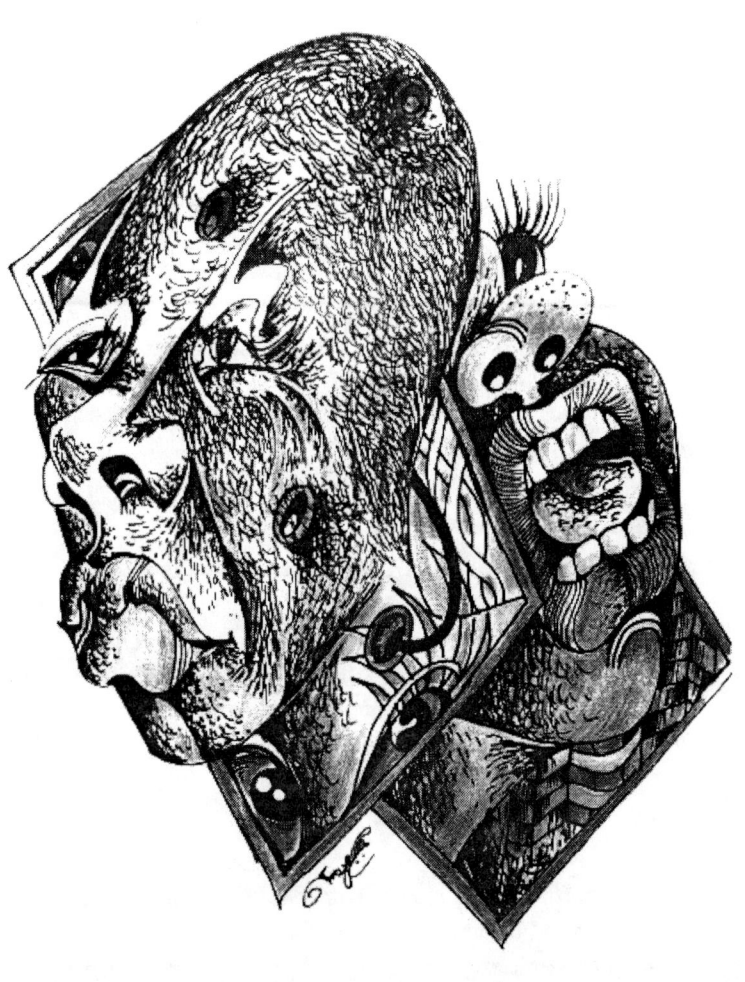

கதை குறித்து...

இதில் வருகிற பசி சாதாரணப் பசி அல்ல. அக்கினி நாக்குகளின் அவலச் சிரிப்பு. காகிதக் கந்தகங்கள் எரிந்து சாம்பலாகிற போது, உண்டாகிற நீல வெப்பம். அதுதான் இந்தப்பசியைக் காட்டுகிறது. பசியால் அழுது கொண்டிருக்கும் ஒரு சிறுவன். பாமரர்களை விட மோசமாக உருகிக் கொண்டிருக்கிற பல பகட்டுக்காரர்கள். தன் வர்க்கத்தை இறுதியிலாவது கண்டு கொள்கிற ஒரு இடதுசாரிக் கிழவி. ஒரு அவலமான சமுதாயத்தின் அழுத்தமான உறுத்தலாக அலைந்து திரிகிற காக்கிச் சட்டை கனவான்கள். இப்படிப் போகிறது இந்தக் கதை.

கால் படுவதற்கெல்லாம் எழுந்து விடாத கருப்பு அகலிகை. தொட்டு விடுவதால் துவண்டு தூது சென்று விடுகிற மன்மத வீணையின் மதர்த்தப் பாடல் அல்ல ராசி அழகப்பன். இவர் கோபத்தைச் சேமித்து வைத்துக் கொண்டு கூண்டுக்கிளியின் அலகுகளுக்கு கொஞ்சம் கொஞ்சமாக கூர்மை கொடுத்துக் கொண்டிருப்பவர். அவரின் இந்த உள்ளத்தை உருக்குகிற உதாரண எழுத்தைப்படித்த போது என் ஈர மனதிற்குள் ஒரு நிலாக் காலத்து ஓலம் கேட்டது.

அலையும், கடலுமாய் அடிவானத்தோடு ஆர்ப்பரிக்கிற இடத்தில் 'கிங்லியர்' முட்டி மோதிக் கொள்வது போல கதை முழுவதும் மனம் 'ஓ'வென்று பேரிரைச்சலோடு அழுது துடிக்கிறது. அதுதான் இவரின் எழுத்து வேள்விக்கு இதிகாச நெய்யாய் ஓடி வந்து சேருகிறது.

ராசி அழகப்பன், சிறந்த எழுத்து சித்திரக்காரர். அவர் மனிதனைத் தொடுகிறார், தொட்டுத் தூக்குகிறார். அவர் தம் எழுத்து விரல்கள் வெல்லும்.

வலம்புரி ஜான்

எங்கள் வானத்திற்கும் கீழே...

கூவம் ஆற்றுப் படுகையோரம் சுருண்டு கிடந்த சிறுவனை 'பளீர்' என்று அறைந்துவிட்டுப் போனது கார்காலத்து மழை. நிம்மதியாய் உறங்கிக் கொண்டிருந்த பிஞ்சு மனசில் பிரச்சனை கிளப்பி விட்டுப் போனது.

உடல் மேலே அழுக்கு தவிர அவனுக்கு ஒன்றும் பாரமில்லை. சிக்குத் தலை, மழைத் தூரலால் பிசுபிசு என ஒட்ட ஆரம்பித்தது. எங்காவது ஒண்ட வேண்டும். சுற்று முற்றும் அலசிப் பார்த்தான்.

கொஞ்ச தூரத்தில் போஸ்டராலும், டியூப்பாலும், தகரங்களாலும் ஒட்டுப் போட்டிருந்த குடிசை தெரிந்தது.

கண்களில் ஒரு சின்ன ஆனந்தம். ஓட ஆரம்பித்தான். அதற்குள் அவன் முழுசாய் நனைந்து விட்டான். அந்தக் குடிசை அருகே போன பிறகு தான் தெரிந்தது பூட்டியிருப்பது. சும்மா ஒப்புக்கு ஓரமாய் நின்று தன்னை காப்பாற்றிக் கொள்ள எண்ணினான்.

இருகைகளையும் சிலுவைக்குறியாய் மார்பைமறைத்துக் கொண்டான். "சீ.... இந்த மழை வராவிட்டாலென்ன கூவத்தில் என்ன வெள்ளம் குறைந்தா போச்சி.... மழை... சனியன்... எப்பவிட்டுத் தொலைக்குமோ... விட்டாத் தானே ராவுக்கு ஏதாவது பிச்சை எடுக்கலாம்..."

இருள் குமுறிக் கொண்டு சூழ ஆரம்பித்தது. அவனின் காதுகளில் யாரோ பஞ்சை அடைத்த மாதிரி உணர்வு. கண்கள் மங்கலாக தள்ளாடின. வயிற்றில் யாரோ கொள்ளிக்கட்டையை சொருகிய மாதிரி பக்கென்று எரிந்தது.

எப்படி இந்த இடத்தை விட்டுப் போவது? போனாத் தானே ஏதாவது நாலு காசு கிடைக்கும்... "தோ ... மழையே நின்னுத்

தொலையேன்... உனக்கு அடுத்தவன் பொழப்பிலே மண்ணு போட்டுத்தான் பழக்கமா?" கோபமாய் காரித்துப்பினான்.

மழை நிற்பதாய் தெரியவில்லை. முகத்தில் சுணக்கங்கள் தெறித்தன... இப்படியே நின்று கொண்டிருந்தால் குடல்கள் பசியால் பற்றி எரிந்துவிடும் என்கிற பய உணர்வு அவனை வாட்டியது.

எப்படியாவது அந்த இடத்திலிருந்து ஓடியாக வேண்டும். அந்த நேரம் பார்த்து தெரு நாய் ஒன்று நனைந்தபடியே அருகில் வந்து நின்று குரைத்தது... பாவம்... அதனுடைய அவஸ்தை அதுக்கு... அவனை விரட்டுவதிலே நாய் கறாராய் இருந்தது.

தலையின் மேல் இரு கைகளையும் குடை மாதிரி பின்னிக் கொண்டு ஓரமாய் ஓடினான். சாலையின் வெளிச்சங்கள் மூகத்தில் தாறு மாறாய் விழுந்தன... கூச்சமாய் இருந்தது அவனுக்கு... சட்டென கையால் மறைவிடத்தை மறைத்தான்... ஓடினான்.

பஸ் ஸ்டாப்பிங்... அப்பா.... ஒரு வழியாய் ஒண்டுவதற்கு ஒரு சின்ன இடம். பட்டுப் புடவை, சில்க் புடவை, டி.சி... சட்டை சகிதமானவர்கள் அருவருப்பை மிதித்துக் கொண்ட மாதிரி அவனை பார்த்தார்கள்.

கொஞ்சம் ஒதுக்குப் புறமாய் நின்றான். "பீடை... எவண்டா அது... போக்கெத்தமவனே... பாத்து நிக்கக் கூடாது. பொழப்பெத்த பசங்களுக்கு இது பொழப்பா போச்சு...'' திட்டித் தீர்த்தாள் குஷ்டமாய் அமர்ந்திருந்த கிழவி.

அவளுக்கு தன் இடம் பறிபோய் விடுமோ என்கிற பயம். இப்படியே எதுவும் சொல்லாமலிருந்தால் தன் இடமும் பறி போய் விடுமோ என்கிற ஜாக்கிரதை உணர்வு கெட்டியாய் பற்றிக் கொண்டது.

சிறுவன் காதில் போட்டுக் கொள்ளவில்லை... கொஞ்சம் நகர்ந்து நின்று பரிதாபமாய் பார்த்தான். "ஏம்மா... நீ கூட மத்தவங்க மாதிரிதான் நடந்துக்குவியா?... ஓ... அம்மா... நீ என்னை இப்படி நடுத்தெருவிலே நாதியில்லாமே பெத்துப் போட்டுட்டு எங்கேயம்மா போனே... நான் இப்படியெல்லாம் சீப்பாறிக் கெடக்கணுமா...?"

'மத்தவங்கெல்லாம் வயிறார சாப்பிடறப்ப...நான் மட்டும்

வயிறு காயணுமா?... என்னை ஏன் பெத்தே.. நானா பெக்கச் சொன்னேன்... இப்படி ரோடுலே அனாதையா அலைய வைக்கறதுக்காகவா என்னை பெத்துத் தொலைச்சே... சாமீ...நீயாவது என்னை காப்பாத்த மாட்டியா... நான் வயிறு

காஞ்சிதான் சாவணுமா... சீ... அப்படின்னா... இவங்க எல்லாருமே சாவட்டும்... நீ மட்டுமின்ன உசத்தியா... நீயும் செத்துப் போ...''

வயிறு பற்றி எரிய என்னவெல்லாமோ பேசினான். சபித்தான்... நாலு பேரிடம் கைநீட்ட ஆரம்பித்தான்... பசி பொறுக்க முடியவில்லையென்று கதறினான்.

பஸ் ஸ்டாப்பிங்கில் நின்ற மனிதர்கள் தன்னுடைய வீட்டுக்குச் செல்லும் பஸ் எப்போது வரும் என்கிற சர்ச்சையில் இறங்கினார்கள். பஸ் நிர்வாகத்தையும், அரசாங்கத்தையும் கௌரவமாய் திட்டித் தீர்த்தார்கள்.

"பெட்ரோல் விலை என்னமா ஏறிப்போச்சு... என்ன சார்... வருஷா வருஷம் இப்படி உசத்திக்கிட்டே போனா எவன் தாலிய சார் அறுத்து கட்டறது...''

"ஆமாம் சார்... பெரிய தொல்லையா போச்சு சார் இந்த முறை அவனுங்களுக்கு ஓட்டுப் போட போறதில்லே...''

சிறுவனுக்கு செத்து விடலாமா? என்கிறமாதிரி வயிற்றுப்பசி.

"சார்... சாப்பிட்டு ரொம்ப நாளாச்சு சார்... ஒரு அஞ்சு பைசா போடுங்க சார். புண்ணியமா போவும். சார் சார்...''

"சீ... தூற போடா..." டி.சி. பேண்ட் அதட்டியது,

"சார்... இந்த வரியிருக்கே... இன்கம்டேக்ஸ்... நாம் தான் சார் அழவேண்டியிருக்கு... ரோடுலே குடிசை போட்டு கிட்டு இருக்கிறவன் ரொம்ப சந்தோஷமா இருக்கான் சார். அவன் என்ன வரியா சார் நம்பள மாதிரி கட்டறான்... நினைச்ச இடத்திலே ஹாய்யா படுக்கிறான்... எழுந்திருக்கிறான்.... அவனுங்களுக்கு தான் சார் சுதந்திரம்..."

"ஆமா...மாம்... சொன்னாப்லே அவன் தான் சௌக்கியமாயிருக்கான்... ரிக்ஷா இழுக்கிற பய தினமும் கள்ளு குடிக்கிறான் சார். ஏன் அதை வைச்சுகிட்டு குடும்பம் நடத்தனா என்ன ?''

“சார்... வயிறு கிள்ளுது... ஒரு அஞ்சு பைசா... போடுங்க சார்''

“இதென்ன நியூசென்ஸா போச்சு... பிச்சைக்காரனுங்க தொல்லையே பெரிசா போச்சு... எல்லாம் நடிப்பு சார்... இந்த பக்கம் பிச்சை எடுத்துட்டு... அந்த பக்கம் சினிமாவுக்கு போவானுங்க... பிராடு கும்பல்...''

“இல்லே சார்... சத்தியமா பசிக்குது சார்''

“போடா... வாயைப் பாரு வாயை... பார்த்தீங்களா சார்...இவன் திமிரு''

“பிச்சைக்கார நாடா போச்சு...''

“சார்... எரியுது சார்...''

“செருப்பாலடி நாயே... ஓடுற தூர...'' போலீஸ்காரன் எட்டி உதைத்தான்.

சிறுவன் தூர விழுந்தான்... போலீஸை நன்றியுணர்வோடு பார்த்தனர் அம்மனிதர்கள்... போலீஸ்காரன் அந்த இடத்தைவிட்டு பெருமிதமாய் சென்றான்... அவன் மனதில் தொந்தரவாயிருந்த ஒருவனை அப்புறப்படுத்திய பெருமை கவ்விக்கொண்டிருந்தது.

“அடப் பாவி... இப்படியா உதைக்கிறது? அந்த பய்யன் உங்களுக்கு என்ன துரோகம் பண்ணான்? ஏதோ பசின்னு கேட்டான். கொடுத்தா கொடுக்கறது... இல்லே பேசாமயிருக்கிறது... மகமாயி தாயே... இவனுங்க நல்லாயிருப்பாங்களா... இவனுக்கு வந்த கதி இவங்களுக்கும் வரணும்...'' அழுதபடியே சபித்தாள். ஓடிப் போய் அவனைத் தூக்கிக் கொண்டு வந்தாள்... முட்டிக்காலிலும், கன்னத்திலும் காயம். இரத்தம் கசிந்தது.

பசி பறந்து போனது... உடல் வலி அவனுக்கு எரிச்சல் எடுத்தது... ‘ஓ’ என்று கதறி அழுதான்... “அம்மா... அம்மா... நான் என்ன பாவம் செய்ஞ்சேன்...'' கண்களில் தாரை, தாரையாய் கண்ணீர் வந்தது... நினைத்து, நினைத்து அழுதான்...

ஓ... செத்து விட்டால் என்ன? இப்படி அனாதையாய், உதை வாங்க வேண்டுமா? நாம் மட்டும் என்ன பாவம் செய்தோம்” அவன் பலவாறாய் நினைத்து அழுதான்..

கொஞ்ச நேரமுன் விரட்டிய கிழவிதான் அவனுக்கு

18 ◆ கதவைத் திற காற்று வரட்டும்

ஆறுதல் சொன்னாள்... பூமி புண்ணாகும்படி சபித்தாள். விளைச்சல் சாம்பாலகுமளவு சபித்தாள்.

மனிதர்களை, மாடிகளை. மரங்களை... ஆத்திரம் தீரும் மட்டும் சபித்தாள்.

சாபம் பலித்து விட்டால் இவர்களிருவரைத்தவிர அண்டத்தில் அணுக்களுமிருக்காது... அப்படி சபித்து நெட்டை முறித்தாள்.

போலீஸ்காரன் இதைக் கேட்டு திரும்பி வந்தான். கோபத்தோடு "எழுந்திரு... பிச்சைக்கார பொறுக்கி... இங்க என்ன இடம்... ஓடு..." கண்ட மேனிக்கு அடித்தான்.

திட்டித் தீர்த்த வண்ணமே வேறு இடத்துக்கு ஓடினார்கள் இருவரும்... ஒரு பெரிய மாடிக் கட்டிடத்தின் சுவரோரம் தஞ்சம் புகுந்தார்கள்.

சுவரில் "வீட்டுக்கொரு மரம் வளர்ப்போம்" என்ற வாசகமுள்ள போஸ்டர்பாதி இடத்தை அடைத்துக்கொண்டிருந்தது. பணக்கார வீட்டு நாய் குறைத்து தன் எதிர்ப்பை தெரிவித்தது.

இருவரும் அதைக் கண்டு கொள்ளவில்லை. இன்னும் மழை விட்டபாடாயில்லை... லேசாய் விடத் துணிந்தது.

காயம் பட்ட இடத்தில் கிழிசல் துணிகளால் சின்னக் கட்டுப் போட்டாள்... தனக்கென்று வைத்திருந்த கொஞ்சம் ஊசிப்போன சாப்பாட்டை அவனுக்குக் கொடுத்தாள்.

அரக்க பரக்க அதைத் தின்றான். கொஞ்சம் அமைதியான பிறகு கிழவி கேட்டாள்.

அவன் அனாதை... அதற்கு மேல் அவனுக்கு வரலாறு இல்லை... விவரம் தெரியாத அம்மாவின் பசிக்கு பிறந்தவனாயிருக்கலாம்... அப்படித் தானிருக்கும்.

மனிதன் வறுமையை நேசிப்பதில்லை... மனிதர்கள் பசியையும், நிர்வாண எழ்மையையும் அலட்சியமாய் பரிகசிக்கிறபோது அனாதை தான் அனாதையை அரவணைக்கிறது... அது அர்த்தமுள்ள பிடிப்பை உண்டுபண்ணிக்கொள்கிறது.

அசிங்கமான மனித ஜடங்களுக்கு மத்தியில் இவர்கள் அசிங்கமாய் தெரிந்தார்கள் போலும்... தூ...சின்னா பின்னமாகும் இந்த போலித்தனம் ஒருநாள்.

தூரல் அடங்க... சிறுவன் சிழவியின் மடியில் உறங்கிப் போய் காலையில் எழுந்தான்.

பசி மறுபடியும் கிள்ளியது... முகஞ்சுளித்கான்... குடல்களை யாரோ கயிறு கட்டி இழுக்கிற மாதிரி அவஸ்தைப்பட்டான்.

“என்ன பசிக்குதா?''

தலையை ஆட்டினான்... என்ன செய்வதென யோசித்தாள்... கந்தல் பையில் ஏதாவது இருக்கிறதா என்று துழாவினாள்... பத்துப் பைசா... என்ன செய்ய முடியும்... பன் வாங்கணும் என்றால் இன்னும் இருபது பைசா தேவை...

கிழவிக்கு லேசாய் காய்ச்சல் அடித்தது.... எழுந்து போக முடியாத நிலை...

“என்ன துட்டு இல்லியா?”

“பத்துப் பைசாதானிருக்குது... எனக்கு காய்ச்சல் வந்துடுச்சு ராசா... இல்லேன்னா நான் நாலு பேரை கெஞ்சி நாலு காசு சேப்பேன்...'' வேதனைப்பட்டாள் கிழவி.

சிறுவனுக்கு ஏதாவது செய்ய வேண்டுமென்கிற துடிப்பு ஜாஸ்தியானது... பாவம் கிழவி தானே இவனுக்கு ராத்திரி ஆதரவாயிருந்தாள்... பரோபகாரம் செய்ய வேண்டாமா?....

வேகமாய் ஓடினன், அதே பஸ்ஸ்டாப்பிங்குக்கு... குறைந்த பட்சம் ஒரு பன்னும், டீயுமாவது வாங்கித் தரணும்...

“சார்... அனாதை சார்... ஒரு அஞ்சு பைசா போடுங்க சார்...’

முறைத்தான் ஒருவன்... காலங்காத்தாலே பீடை வந்து நின்னுட்டானுங்க...'' முகஞ்சுளித்தான் ஒருவன்...

பஸ் ஒன்று வேகமாய் வந்து நிற்க... “ஐயா சாமி... பசிக்குதய்யா...'' கெஞ்சினான்... வயிற்றைக் காட்டினான்... பஸ் ஓரமாய் கையை நீட்டிய வண்ணம் பரிதாபமாய் நடந்தான்... காசு யாரும் போடவில்லை...

அழுகை வந்து முட்டியது... பஸ் கிளம்பியது... ஈனக் குரலில் கதறினான்...'' ஒரு நாலணாக்காசு பஸ் ஜன்னலிலிருந்து எகிறி கீழே விழுந்தது.

கண்ணில் மகிழ்ச்சி பளிச்சிட “டீக்காச்சு'' என்று எகிறிப் பாய்ந்தவன்... அடுத்த பஸ்ஸில் நசுங்கிப் போனான்.

"பாவி! எம் பஸ்ஸிலேயா வந்து மாட்டிக்கணும்?" டிரைவர் சபித்தான்.

டீக்காக போன சிறுவனை எதிர்பார்த்த வண்ணம் கிழவி முனகிக் கொண்டே படுத்திருந்தாள். "என்ன ஆனானோ?"

***

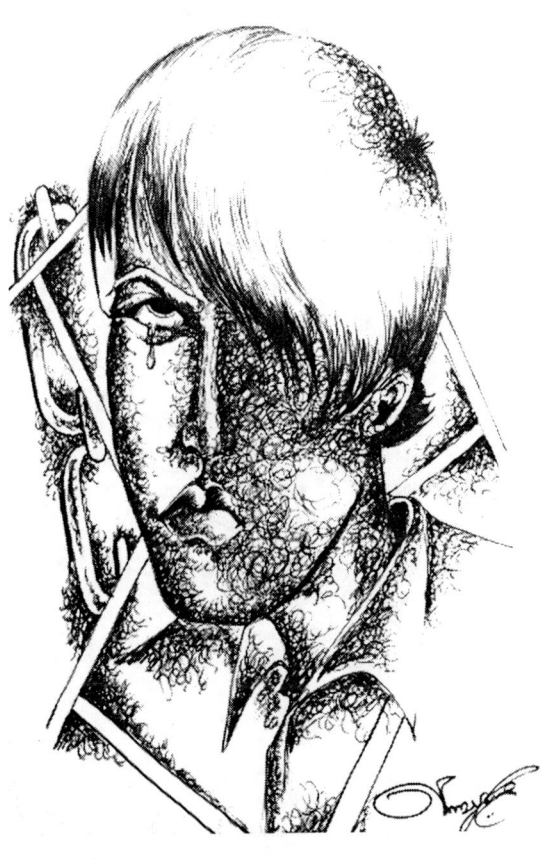

கதை குறித்து...

ஒரு எழுத்தாளனின் கதை. சில சின்ன நெருடல்களுடன் ஒரு நிஜத்தின் ஊர்வலம். மனிதர்கள் அவர்களின் போலி உலாத்தல்களும் சில வக்ரப் பார்வைகளும் இவனைக் கோபப்படுத்துகின்றன. சதா கோபமும் அதை எதிர்த்து ஆரோகணக் குரல் கொடுக்க முடியாத நிலையில் கதாநாயகன். தன்னம்பிக்கை இல்லாத எழுத்தாளன் மையில்லாத பேனா இல்லையோ? ஆக்ரோஷ நேரம். ஆயாசப்படுவது பலமல்ல. பலவீனம். இவனுக்கு நம் பரிதாபங்கள். மற்றபடி, ஒரு குடும்பப் பெண் அம்மாவைப் பார்த்து நான் யாரை வேணா இழுத்துண்டு ஓடுவேன் என்கிறது நடுப்பகலின் நட்சத்திரம். இத்தனைக்கும் அசையாத அப்பா அதிசயப் பிறவி. எக்ஸிபிஷனில் வைக்கவேண்டும். ஆனாலும் கதையில் ஒரு நல்ல தேடல் தெரிகிறது. சொன்ன விதம் பிடிக்கிறது. ஓடும் ரயில் உதறி விட்ட மாதிரியான மின் பொறிகள்... இவற்றுக்கே நான் மாலையிடுகிறேன்.

எஸ். சங்கர நாராயணன்

ஆத்மா

மணல் பரப்பு.........

ஆத்மா வானத்தை ஊடுருவிப் பார்த்துக்கொண்டிருந்தான்.

மெல்ல ஆத்மாவின் முகத்தைப் பார்த்து ஆச்சரியம் தளும்ப "என்ன ஆகாயத்திலே தேடறீங்க?" கேட்டாள் சொப்னா.

மெல்ல பெருமூச்சு விட்டு, விட்டு...

"எதை, எதையோ தேடறேன்... வானத்தில் குடியிருக்கிற நட்சத்திரங்களைப் பத்தி... நிலாவைப்பத்தி சூரியனைப் பத்தி... இருட்டையும், பகலையும் நிதானமா அது மட்டும் தனியா ரசிக்கிற அழகைப்பத்தி... ராத்திரியில் நடந்து போற நிலாவையும், நட்சத்திரங்களின் வேடிக்கையையும் பார்த்து, பலவிதமா பிரதிபலிக்கிற இந்த ஜனங்களைப் பத்தி... இன்னும் என்னென்னமோ... ஆனா எனக்கு ஒண்ணுமே புலப்படலை...'

சொப்னா தலையைக் கீழிறக்கிக்கொண்டு, மணலில் விரல்களால் கோடுகள் குறுக்கும் நெடுக்குமாய் போட்டாள்.

சட்டென்று ஒரு முடிவுக்கு வந்தவளாய் "ஏதாவது ப்ராப்ளம் ஏற்பட்டு தா... ப்ளீஸ்... டெல் மீ."

"இல்லை... சொப்னா... அது இன்றைக்கும் நேற்றுக்கு மட்டும் வர்றதில்லே. என் பிறவியிலிருந்தே கூடவே வாழ்ந்துகிட்டிருக்கு. எனக்கு இருந்த நம்பிக்கை, உத்வேகம், அபிலாஷை எல்லாம் கொஞ்சம் கொஞ்சமா நழுவிகிட்டு போகுது சொப்னா. இன்னும் சொல்லப்போனா நான் உம்மேல வச்சிகிட்டிருக்கிற பாசம்கூட பொய்யாயிடுமோன்னு ரொம்ப பயமாயிருக்கு..."

“ஏன்... இப்படியெல்லாம் பேசறீங்க. ஐ லவ்யூ... ஆத்மா... நீங்க எந்த நிலையில் இருந்தாலும் நான் உங்களை மனப்பூர்வமா நேசிக்கிறேன். ஆத்மா... ப்ளீஸ்... இல்லாததை எல்லாம் கற்பனை பண்ணி பேசாதீங்க... நாம எவ்வளவோ சாதிக்கவேண்டியிருக்கு.. மேடும் பள்ளமும் சகஜம்.

ஆத்மா... நீங்க ஆரம்பத்திலே எவ்வளவு தைரியமா இருந்தீங்க... உங்களையே சுத்திகிட்டு இருந்தவங்க எவ்வளவு பேரு?! அப்பல்லாம் உங்களுக்கு எவ்வளவு ஆத்ம பலம் இருந்திச்சு... இப்ப நீங்க இப்படி சோர்ந்து போறது நியாயம் தானா? சொல்லுங்க ஆத்மா.’’

சொப்னா விழிகளில் நீர் தளும்பியது. முந்தானையை விரலால் சுருட்டிக் கொண்டு அப்படியும், இப்படியும் புரியாமல் தலையை அசைத்துக் கொள்ளத் தலைப்பட்டாள்.

அவனின் முகத்தில் என்ன சலனங்கள் ஏற்படுமோ என்கிற பாவனையில் நகர்ந்து இன்னும் நெருக்கமாய் அமர்ந்து கொண்டாள்.

ஆத்மா பழைய நினைவுகளை இழுத்துக்கொண்டு வந்தான். கொஞ்சம் தெம்பாய் பேசினான்.

“எஸ்... அப்போ என்னால எதுவும் செய்ய முடியும்னு நினச்சேன். நினைச்சதை துணிச்சலா பேசினேன். பேனாவாலேயே எத்தனையோ வாய்களை மூட வைச்சேன். என் எழுத்துக்கு அவ்வளவு மரியாதை இருந்தது!...

பூமியின் முதுகைப்பார்த்து, எத்தனை காயங்கள் அது பட்டிருக்குன்னு பார்க்க எத்தனையோ அவதாரம் எடுத்தேன்.முடியாமப் போச்சு... அது முடியாதுதானோ? என்னவோ? இப்பவும் நான் பார்க்கணும்னு தான் துடிக்கறேன்... எப்படி முடியும்? அதுக்கு நான் என்ன பண்ணணும்? எல்லாம் மங்கலாய் இருக்கு... ஆனா பூமியின் முதுகைப் பார்த்தாகணும்...ஜனங்களாலே அது எவ்வளவு தூரம் காயம்பட்டிருக்குன்னு தெரிஞ்சிக்கணும். ஆமாம் சொப்னா... பூமி மேல வாழற சிசுவா இருந்தாக்கூட சரி... அதுக்கு துரோகம் பண்ணி, தப்பா நடத்தியிருந்தாக் கூட அது காயமா நிச்சயம் முதுகிலே பட்டிருக்கும். பொய் பித்தலாட்டம்... துரோகம்... ஏமாத்தல்... எல்லாம்... சொப்னா காயமாத்தானிருக்கும். வடுவா பதிஞ்சு, ரணமா நெளிஞ்சுக்கிட்டிருக்கும். என் மனசுலபட்ட காயம்மாதிரி! நான் பாக்கணும் சொப்னா... நான் பார்த்தே தீரணும்.”

சொப்னா பிரமித்துப்போனாள்... ஏன் ஆத்மா இப்படி பேசுகிறான்... எத்தனையோ ஜனங்கள் ரோடுல. '...என்னன்னவோ ஆசையை மனதுல தேக்கிக்கிட்டு துரிதமா 'ஓடறப்போ... அதையெல்லாம் விட்டுவிலகி ஆத்மா மட்டும் ஓரமா தனிச்சு நிக்கறது எதுக்காக...?

சொப்னாவும் ஆரம்பத்தில் அவனிடம் கொஞ்சம் மாறுதலான ஆசையிருப்பதை உணர்ந்தாள் தான். அதுக்காக இப்படியா? அவனின் ப்ரயத்தனம் அதிகமாகி அதிகமாகி எது எதற்கோ மனதில் போட்டு வதைத்துக் கொண்டான்.

ஆத்மா...

பி.ஏ. படிக்கும்போதே கதை கவிதைன்னு எழுதிக் கொண்டிருப்பான்.

அவனுக்குச் சதா கோபம் தான்... கோபப்பட்டுக்கிட்டே யிருப்பான்... வாத்தியார்கிட்டே இன்னும் ஜாஸ்தியாவே "கோபப்படுவான்... அதுக்கெல்லாம் நியாயமா காரணம் "சொல்லணும்னா கொஞ்சம் கஷ்டம் தான்... அவன் கோபம் மட்டும்... ரொம்ப நியாயமானதுன்னு அவனே பல தடவை சொல்லிக்குவான்.

''தெருவுலே போகும்போது என்னை வெறுத்தவங்க, என் நிறத்தைப் பார்த்து வாசல்லயே நிக்க வைச்சவங்க, துணியைப் பார்த்து தூர போன்னு சொன்னவங்க, கிளாஸ்லே சரியா நடத்தாதவங்க... எல்லாம் என்னை அப்படி நினைக்கத் தோணுச்சு'' என்பான்.

எத்தனை சத்தியமது. ஆத்மா ரொம்பவும் நைந்து

போயிருப்பான். நைந்து... நைந்து கிழிபடாமல் நிமிர்ந்து பார்க்கத் தலைப்பட்டான். எது எதற்காகவோ போட்டு மண்டையை குழப்பிக் கொண்டான்.

அந்த ஆத்மா ஒரு பெண்ணின் நெஞ்சார்ந்த பாசத்தின் அருகே அமர்ந்திருந்தான்.

ஆத்மாவை சொப்னா தொட்டாள். அவளின் ஸ்பரிசத்தில் கொஞ்சம் லேசாக ஆரம்பித்தான்... மெல்ல அவளின் மடியில் படுத்துக்கொண்டு சொப்னாவின் முகத்தை குழந்தை போல் பார்த்தான்.

சொப்னா அவனை இப்போதும் புரிந்து கொள்ள முடியாமல் தவித்தாள். திடீர், திடீரென மாறும் ஆத்மா...

"குழந்தை மாதிரி, கடவுள் மாதிரி.... எத்தனையோ பரிமாணங் களில் தென்பட்டான்.

ஆத்மாவின் கேசத்தை மெதுவாய் கோத ஆரம்பித்தாள்.

ஆத்மா சொப்னாவின் கைகளைப் பற்றி தன் மார்புமீது வைத்துக் கொண்டு, ஒவ்வொரு விரலாய் எண்ணிப் பார்க்கத் தலைப்பட்டான்.

மென்மையான அமைதி... இருவர் மனசிலும் மெல்லிசான காற்று வீசுவது மாதிரி தெரிந்தது.. ஆகாயத்தின் மத்தியில் கொஞ்சம் கொஞ்சமாய் நடந்து போகிற உணர்வு இரண்டுபேர் நினைவிலும்... ரொம்பவும் இதமாயிருந்தது.

ஆத்மாவுக்கு ரொம்பவும் ஆறுதலாய் புலப்பட்டது.

"சொப்னா...!"

"சொப்னா...!"

"எனக்கு ரொம்பவும் தைரியமாயிருக்கு. என் மனசு பூராவும் சந்தோஷத்தை அள்ளித் தெளிச்ச உன்னை நான் எப்பவும் பிரியக்கூடாது சொப்னா...! சொப்னா என்னை அப்பா, அம்மாவும் விட்டுட்டு போனதிலிருந்து, நான் அழற மாதிரி யாருமே என்னை நெருங்கலை என்னை புரிஞ்சுக்கலை... ஆனா... நீ... சொப்னா... நீ என்னோட எத்தனையோ காலம் பொறுமையா என்னை புரிஞ்சிக்கப் பாக்கறே... என்னுள்ளே எத்தனையோ மிருகம், குடியிருக்கு? நான் அதை அடிச்சு, துரத்த நீதானம்மா தைரியமா யிருக்கே! நான் உன் மடியிலே சாகணும் சொப்னா... நான் கொஞ்ச நேரம் அதுக்கு முன்னாடி 'ஓ'ன்னு அழணும்... நீ என் கண்ணீரைத் தொடைக்கணும் சொப்னா... கண்ணீரைத் தொடைக்கிற அந்த முதல் சந்தர்ப்பமாவது எனக்குக் கிடைக்கணும் சொப்னா. ப்ளீஸ் நடக்குமா?"

சொப்னா ஓ...வென்று அவன் மார்பில் புதைந்து அழுதாள்.

"ப்ளீஸ்... ஆத்மா... அப்படிப் பேசாதீங்க... நான் உங்களை விட்டு எங்கேயும் போகமாட்டேன்... ஐ லைக் யுவர் ஹார்ட். ஐ வாண்டு...ஷேர் இட்... என்னை நம்புங்க... நம்புங்க..."

ஆத்மா... தனக்கென்று அழுகிற இதயத்தை உணர்ந்து சொண்டான். அவளை அப்படியே அழவிட்டான்.

சின்ன வயசிலிருந்து தான் அனாதை யென்று தன்னையே வெறுத்துக் கொண்டவன்...இப்போது அவனுக்கு அவன் மேல் ஆசை வந்தது.

கொஞ்ச நேரம் கழித்து தனித்தனியே பிரிந்தனர். இருவரின் நெஞ்சம் கொஞ்சம் அதிகமாகவே கனத்தது. ஆத்மாவுக்கு திருப்தியால்... தனக்கு ஒரு பிடிப்பு கிடைத்ததை எண்ணி ரொம்பவும் இறுமாந்து நடந்தான்.

சொப்னா இரவெல்லாம் அதையே நினைத்துக் கொண்டிருந்தாள்.

மறுநாள் ஆபீஸிற்குப் போகாமல் லீவு போட்டு விட்டாள். தனக்கு உடல் நிலை சரியில்லையென்று....

அப்பா மாலையில் வந்து கேட்டார்...

“ஏம்மா என்ன உடம்புக்கு...?”

“ஒண்ணுமில்லப்பா... லேசா தலைவலிக்கிற மாதிரி இருந்துச்சி... அவ்வளவு தான்... வேற ஒண்ணுமில்லே...”

அம்மா குறுக்கிட்டாள்.

“இவளுக்கா தலைவலி... நேத்து எவனோ ஒரு பையன் கூட கடற்கரையிலே காத்து வாங்கினாளாம்... அதான் தலைவலியாம்... எத்தனை நாள்டி இந்த பொழப்பு? என்ன வசியம் பண்ணான்... இப்படியிருந்தா எவண்டி நாளைக்கு ‘நான்’னு முன்னுக்கு வருவான்?”

சொப்னாவுக்கு ரொம்பவும் வலித்தது. காயத்தின் மேல் காயம். அவளால் தாங்கிக் கொள்ள முடியவில்லை.

அம்மாவை அறைந்து விடலாமா? என்கிற ஆத்திரம் பொத்துக்கொண்டு வந்தது.

“அம்மா! மரியாதைக் குறைவா நீ யாரையும் பேச வேண்டியதில்லை. என் வாழ்க்கை பத்தி எனக்குத் தெரியும். நான் யாரையும் இழுத்துட்டுப் போவேன். அது என்னுடைய இஷ்டம். என் விஷயத்துல குறுக்க நிக்கறதை நான் ஒத்துக்க மாட்டேன்.”

அப்பா நிதானமாய் இடத்தைவிட்டு நகர்ந்தார். அம்மாவின் கோபம் அப்பாவின் மேல் பாய்ந்தது. மேலே விழுந்து பிறாண்டினாள்.

“நில்லுங்க. அவ பாட்டுக்குப் பேசிகிட்டே போறா...

நீங்க பாட்டுக்குப் பேசாம போனா எப்படி? இவ்வளவு நாள் நாம பெத்து, வளர்த்ததுக்கு அவ நமக்கு செய்யற மரியாதை இது தானா?

இந்த தெருவுலேயும் இருக்காங்களே பொண்ணுங்க, இவ மாதிரியா சொன்னப் பேச்சு கேக்காம தான்தோன்றித் தனமா அலையறாளுங்க? இந்த ஞாயம் இந்த ஊர்லயாருக்கும் அடுக்காது. இவளுக்கு மட்டும் தான் அடுக்கும். என்னங்க? பேசாமயே இருந்தா எப்படி?”

ஏதாவது அப்பா சொப்னாவைத் திட்ட வேண்டும் என்று எதிர்பார்த்தாள். அப்பா அறைக்குள் போய்....

“சொப்னா சின்னக் குழந்தையல்ல... அவளுக்கு அவ மேல அக்கறையிருக்கும் நம்பளை விட... இவ்வளவு நாளும் நமக்கெல்லாம் சந்தோஷத்தைக் கொடுத்துட்டிருந்தாளேன்னு சந்தோஷப்படு... ஏன்னா அவ யாரு கூடயாவது ஓடிப்

போயிருந்தா மட்டும் என்ன பண்ண முடியும்?”

முணுமுணுத்தபடி அம்மா போனாள்... அவள் ஊரை உலகை ஏன் தன் புருஷனை... கோயிலை எல்லாவற்றையும் ஒரு முறை சபித்தாள்.

சொப்னா எதற்கும் பதில் சொல்லாமல் தன் இயல்பான வேலையில் ஈடுபட்டாள்.

சொப்னா ஆத்மாவை தீர்க்கமாய் நேசித்தாள். ஆத்மா எத்தனையோ சந்தர்ப்பங்களிலும் இருட்டை களங்கப்படுத்தியதில்லை.

ஆத்மா அவனுக்காக கவலைப்பட்டதாய் அவளுக்குப் அலப்படவில்லை.

வித்தியாச எண்ணம்... வித்தியாச போக்கு. எல்லோரும் ஆத்மாவை மதிக்கிற விதம்... ஆத்மாவை ஆத்மார்த்தமாய் நேசிக்கச் செய்தது.

சொப்னாவுக்கு பணம்... பவுசு... பவித்திரம் ரொம்பவும் சின்னதாய்... குறுகிக்குறுகி... காற்றோடு கலப்பதாய் தோற்ற மளித்தது...

மறுநாள்

“சொப்னா கொஞ்சம் காற்றோட்டமா போலாமா? கொஞ்சம் மனசு கனமாயிருக்கு.”

"ஆத்மா நான் இனிமே எங்கியும் போறதாயில்லே... உங்களோட வாழப்போறேன்... எஸ்... நான் உங்களை ரொம்பவும் நேசிக்கிறேன்.''

உணர்ச்சி வசப்பட்டவனாய் அவளின் கையைப் பிடித்து தன் மார்பில் சேர்த்துக் கொண்டு...

"தாங்க்யூ... சொப்னா... தாங்க் யூ... நான் நினைச்சது இப்பதான் ஒண்ணாவது நிறைவேறியிருக்கு... என் இதய பலம் ஜாஸ்தியாயிருக்கு... எஸ்... என்னால எவ்வளவோ சாதிக்க முடியும்... பூமியின் முதுகுல பட்ட காயத்தப் பார்க்கத்தான் போறேன் ஷ்யூர்...''

சொப்னாவை கைகோர்த்துக் கொண்டு துள்ளி ஓடினான் ஆத்மா.

***

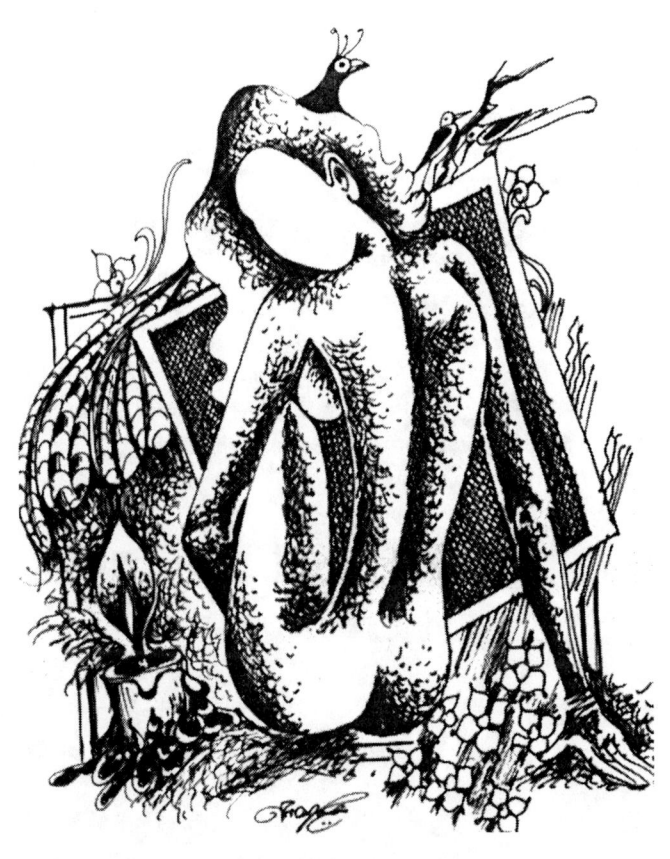

கதை குறித்து...

சிவப்பு விளக்குப் பகுதிகளைத் தேடிச் சென்று, பச்சைக் கதைகளை அள்ளி வரும் எழுத்துலக "மாமாக்களின்' மத்தியில், அந்த உலகத்தை அணுகும்போது, மோகத்தோடு அல்ல. பிரச்னைக்குத் தீர்வுகாணவேண்டும் என்ற வேகத்தோடு செல்கிறது இந்தப்பேனா. பார்வை புதுமையானது மட்டுமல்ல; புனிதமானதும் கூட!

"ஏன் சார் இந்த வயசுல கெட்டுப்போறீங்க!'' என்று இயல்பாய்க் கேட்கும் ஆட்டோ டிரைவர் முதல், வேட்டியைச் சரி செய்து கொண்டு வரும் அவசரத்திலும் இன உணர்ச்சியோடு' பத்து ரூபாய்க்கு மேல ஏமாந்துறாதே' என்று எச்சரிக்கும் வாலிபன்வரை அனைவரும் மனித உள்ளத்தின் பல்வேறு பரிமாணங்களுக்கு சாட்சி தருகிறார்கள்.

'இரத்தத்தில் அல்லவா புயலடிக்கிறது'
அற்புதமான சொல்லாட்சி!

'ஒருவர் மட்டுமே படுக்கவேண்டிய சின்னக் கோரைப் பாய்' சிம்பாலிசத்தின் சிகரம்!

பேராசிரியர் ஆ. இராமு
லயோலா கல்லூரி

இனி எழுதப் போவதில்லை...

"இதான் உன் முடிவா?''

"ஆமாம்."

"வேற வழியே இல்லையா?"

"இல்லை..."

"அப்போ இவ்வளவு நாள் பழகினதுக்கு ஒண்ணும் அர்த்தமேயில்லையா... நீ பாத்தது... சிரிச்சது... ஆசையா பூவேணும்னு, சேலை வேணும்னு சொன்னது. எல்லாம் பொய்தானா?... எல்லாப் பொண்ணுங்களைப் போலத் தானா நீயும்...?

"....."

"ஏன் பேசமாட்டேங்கிறே... என் ஆசையை கிளப்பிட்டு இப்ப நீ இப்படி முரண்டு பிடிச்சா என்ன அர்த்தம்? எனக்கு அந்தஸ்து இல்லேன்னு' நினைக்கிறயா?"

"இல்லே ...''

"பணமில்லேன்னு கவலைப்படறியா?''

"அதைப் பார்த்து ஆசைப் படறவளாயிருந்தா... இவ்வளவு நேரம் கார்ல போயிகிட்டு இருப்பேன்...''

"அப்புறம் வேற என்ன?...''

"ஓஹோ ...நீ வேற ஜாதி... நான் வேற ஜாதி...எப்படிடா கல்யாணம் பண்ணிக்கிறது. ஊரை விட்டு விலக்கி வச்சுடுவாங்கன்னு பயப்படறியா? திவ்யா அதெல்லாம் அந்தக்காலம். இப்ப ஒரு பய ஜாதிபத்தியே பேசக்கூடாது. பேசனாங்களோ போலீஸ் உள்ளே தள்ளிடும்..."

“மிஸ்டர் முரளி... இந்தக் கதையெல்லாம் எங்கிட்ட விட்டு கிட்டு இருக்காதீங்க... நான் சொன்ன கண்டிஷன்படி உங்களால நடக்க முடியுமான்னு யோசிங்க.... முதல்ல யோசிச்சு ஒரு முடிவுக்கு வாங்க... நாளைக்கு வேணுமானா இதே நேரத்துக்கு இந்த இடத்துக்கு வர்றேன்... அதற்கப்பறம் வருத்தப்படறதிலே அர்த்தமில்லே.. ஆமாம்.. சொல்லிட்டேன்...”

மணலை தட்டிவிட்டு எழுந்து விருவிரென்று நடக்கலானாள் திவ்யா.

இதை எதிர்பார்க்காத முரளி பின்னாலே ஓடினான்.

‘‘ஹேய்.., திவ்யா... எங்க போற...ப்ளீஸ்.. ஸ்டாப் ஐ ஸே...”

“என்ன?”

நின்றாள்.

சிறிது தூரம் ஓடி வந்து நின்றான். மூச்சிரைத்தது... ஆயாசமாய் மார்பு மேலும், கீழும் சென்று வந்தது.

“அம்மா... தாயே! கோபம் வந்தா குனிஞ்சுக்கறேன்... ஓங்கி ஓரே குத்து குத்திடு! இப்படி எதுக்கெடுத்தாலும் ஓடற வேலை வச்சிக்காத...என்னால ஓடிவர முடியாதம்மா... சின்ன வயசு அட்ட கிளாஸிலேயே ஓடி தீத்துட்டேன்...’’

கையெடுத்து கும்பிட்டான்.

திவ்யா ‘அப்போ நான் சொன்னதுக்கு சம்மதம் தானே?’ என்றாள்.

“அடியேன்! அம்மா சொல்லைத் தட்டமாட்டான். தாயே! தாங்களுக்கு ஏன் தான் மூக்குக்கு மேல் கோபம் சிம்மாசனம் போட்டு அமர்ந்து கொண்டிருக்கிறதோ தெரியவில்லை.” ஒரு நாடக நடிகனைப் போல் அபிநயம் செய்தான். வார்த்தைகள் கேலியாய் தாண்டவமாடின.

“சீ... என்ன இது... யாராவது பார்த்தால்” சிணுங்கினாள்.

முரளியின் மார்பு திறந்திருந்தது. கழன்றிருந்த பட்டன்களைப் போட்டு விட்டாள்.

கொஞ்சம் நெருங்கிய வண்ணமாய் கலைந்திருந்த முடியை கோதி விட்டு சரி செய்தாள்...

முரளி அவள் முகத்தையே அசையாமல் பார்த்துக் கொண்டிருந்தான்.

சட்டென்று கூச்சம் வந்து சவ்விக் கொள்ள கொஞ்சம் தள்ளி அமர்ந்தாள்...

"என்ன அப்படிப் பார்க்கிறீங்க...

"ம்ஹூம்..." மறுத்தான்.

"ப்ளீஸ்..." கெஞ்சினாள்.

"சொல்லட்டுமா?''

"ம்...'' ஆவல் எட்டிப்பார்த்தது...

"எத்தனையோ சாம்ராஜ்யங்கள் ஏன் கவிழ்ந்தது என்பதற்குக் காரணம் இப்போதல்லவா எனக்குத் தெரியுது. அட...சே... ஒரு ஷாஜஹான் தாஜ்மகாலைக் கட்டியது வீண் என்று நினைத்தேனே! நிச்சயம் அம்பிகாபதி... அமராவதிக்காக எதையும் செய்து தானிருப்பான்... ஏய்... அடி கள்ளீ... நிஜம்தான் லைலா மஜ்னு வரலாற்றுக்கு கடகால் இதுதான்... நன்றாய் புரிகிறது...''

"என்னவாம்...?''

"உன் கண்கள் பேசும் பாஷைகள்... என் இரத்தத்தில் அல்லவா புயலடிக்கிறது"

"நிஜமாகவா?''

"ம்... இன்னும் சொல்லட்டுமா... ஒவ்வொரு முறை நீ இமைக்கிற போதும் என் நெஞ்சை ஏதோ செய்கின்றது.... அது தான் என்னடீ..."

"எனக்கென்ன தெரியும்?" லேசாய் மடியில் சாய்ந்தாள்.

"தெரியாமலேயா இப்படி சித்ரவதை செய்கிறாய்...''

திவ்யா மயங்கிப் போனாள். ஒரு சுகமான தேவனின் அரவணைப்பில் இருப்பதாய் உணர்ந்தாள்.

முரளிக்கு திவ்யாவின் மனசைத் தெரியும். ரொம்ப நல்லவன். ஆனால் பிடிவாதம் பிடித்தால் யாராலும் மாற்ற முடியாது.

அப்படித்தான் இப்போது அடம்பிடித்தாள்.

"எதற்காம்?''

“வேறெதற்கு... முரளி ஒரு நல்ல எழுத்தாளனாய் ஆக வேண்டும் என்பதற்குத்தான...’’

“முடியுமா?’’

“ஏன் முடியாது?”

அவன் பத்திரிகைகளில் துணுக்கைத் தவிர வேறெதுவும் எழுதியவன் அல்ல.”

இருந்தாலும் என்ன எழுதலாம்?

எப்படி...?

நூறு துணுக்கை எழுதி மொத்தமாக இது தான் கதை என்று சொல்வதா?

இல்லை... இல்லை.... நினைத்தால் முடியாதது ஒன்றுமில்லை.

“அது சரி.. நான் என்ன செய்யட்டும்..”

“ஜெயகாந்தன் கதை எழுதுகிற மாதிரி கதைக் கருவா வாழ்ந்தாகணும். அப்புறம் அதைப் பத்தி எழுதணும்.... அதான் நிஜமான எழுத்தாளன் செய்கிற வேலை...’’

“அப்படியா? முதல் கதை எழுதறதுக்கு நான் இப்ப என்ன செய்யணும்...”

“பீல்டுக்கு போகணும்...’’

“அதான்... எங்கே?’’

“ரெட் லைட் ஏரியாவுக்கு..”

“அம்மாடீ... அங்கேயா? நானா? ஏம்மா... நான் நல்லா இருக்கிறது உனக்குப் பிடிக்கலையா...?’’

திவ்யா ஒரு இம்மியளவும் அசையவில்லை. முரளி அரை குறை மனசுடன் ஒப்புக்கொண்டான்...

இப்படி அவள் பேசியதும் முரளி பதில் சொன்னதும் ஆரம்பத்தில் பேசிக் கொண்ட விஷயங்கள்.

முரளி மறுக்க.... திவ்யா முறுக்க... இப்போது ஒருவர் முகத்தில் ஒருவர் ஐக்கியமாயிருந்தனர்.

அந்த மாலை வேளை இரவையும், பகலையும் சேர்த்து வைக்கும் பணியில் துரிதமாய் ஈடுபட்டிருந்தது.

இரு இதயங்கள் சம்மதப் போர்வையில் குளிர் காய்ந்து கொண்டிருந்தன...

2

ம்.... இதற்கு மேல் விமர்சனம் செய்ய பகலுக்கு

ஆசையில்லாமல் பதுங்கிக் கொண்டது.

முரளிக்கு பொழுது புலர்ந்தது. ஜன்னல் கம்பிகளை மீறிக்கொண்டு சூரிய வெளிச்சம் பளீர் என்று உள்ளே வந்து அறைந்தது.

எழுந்து உட்கார்ந்து.. கைகளை நன்றாய் தேய்த்து முகத்தில் இளஞ்சூட்டை பரவவிட்டான்.

சரிதான் நம்மை மாதிரி இந்த சூரியக் கதிரும் சிறைச்சாலையில் தான் மாட்டிக்கொண்டதா?'' ஜன்னல் கம்பிகளைக் கடந்து வரும் கதிர்களைப் பார்த்து பரிதாபப்பட்டான்.

"அது சரி... நாம் மட்டும் என்ன? தேவையில்லாமல் காதலில் மாட்டிக்கொண்டு அவஸ்தைப்பட வேண்டியிருக்கிறது...''

"அய்யா... யாருமில்லீங்களா?''

கதவு தட்டும் ஓசை கேட்டது...

"வர்ரேன் இருப்பா...''

கதவைத் திறந்தான் முரளி.

"வணக்கம் சாமி!" கும்பிட்டான் பால்காரன்.

"ஏஞ்சாமி உடம்பு சுகமில்லையா?''

"அதெல்லாம் ஒண்ணுமில்லே."

பாலை வாங்கிக் கொண்டான் முரளி...

"அப்ப வர்றேன்...''

"சரிப்பா" ...கதவை தாழிட்டுக் கொண்டு வந்து கட்டிலில் அமர்ந்தான்.

ம்... என்ன செய்யறது... குளிக்கணும்... டிரஸ் வேற துவைச்சுப் போடலை... எல்லாம் அழுக்கு முட்டையாயிருக்கு. சாப்பாடு வேற செய்யணும்.

நோ... இன்னிக்கு சமைக்கப் போறதில்லை.. ஹோட்டல்ல சாப்புட்டுக்கலாம்.

தாடையை தடவிப் பார்த்தான் .

'ஷேவிங் வேற செய்துக்கணும்... ம்.... லாட் ஆப் ப்ராப்ளம்... அவ என்னடான்னா பிராஸ்டியூட் வீட்டுக்குப் போ... அனுபவி... கதை எழுதுங்கறா...'

வாழ்க்கையில் தலை வைச்சுக்கூட படுக்கக் கூடாதுன்னு எதை நினைக்கிறோமோ... அது சொல்லி வச்ச மாதிரி எதிர் மாறா அமையுது.

நான் என்ன பண்ணப் போறேன்...

நினைக்கும் போதே உடம்பு சில்லிட்டுப் போனது.

சரி என்ன ஆனாலும் ஆகட்டும்... போயிதான் பார்க்கலாமே.... குப்பையில தானே மாணிக்கம் இருக்கும். அவ சொன்னதுலேயும் ஏதாவது நல்ல அர்த்தமிருக்கும்.

அனுபவத்தை எழுதற எழுத்தாளர் ஜெயகாந்தனா? எப்படி முடியும்? ஒரு ரவுடியைப்பத்தி எழுதறதா வைச்சுக்குவோம் ரவுடிங்ககிட்டே போயி வாழ முடியுமா என்ன? எனக்கென்னவோ அது நிஜமாப்படலே... அப்படி உண்மையாயிருந்தா அவர் ஒரு ஜீனியஸ்தான்...

சந்தேகம் எழ என்னென்ன கதைகள் எழுதியிருக்கிறார் என்று வாங்கிக்கொண்டு வந்த புத்தகத்தின் தலைப்புகளைப் பார்த்தான்...

"யாருக்காக அழுதான்? பிடிசோறு... உன்னைப்போல் ஒருவன். சில நேரங்களில் சில மனிதர்கள்..." இம்... சரி... நாமும்" ஒரு ராஜபாட்டையில்"னு எழுதாமலா போயிடுவோம்.

நினைத்துக் கொண்டான். வேக வேகமாய் ஷேவிங் செய்து விட்டு, குளித்து முடித்து விட்டு, டீக்காய் டிரஸ் செய்து கொண்டு மௌண்ட் ரோடுக்கு பஸ் ஏறினான்...

ஜெமினி பாலத்தைத்தாண்டி போய்க் கொண்டிருந்தான். சினிமா பேனர்கள் கண்ணை உறுத்தியது...

"சே... அசிங்கம்... பேனரா இது... அரை குறை டிரஸ்ஸோட..."

'ரோட்டில் சென்று கொண்டிருந்த பெண்கள் கூட ஏன் சரியாய் டிரஸ் செய்து கொள்ளாமல் வருகிறார்களோ... புரியவில்லை. குழம்பினான்... அப்படி என்ன அவசரம்... ஆபீஸில் என்ன வெட்டி முறிக்கிறார்கள்.

சாந்தி தியேட்டருக்கு டிக்கெட் வாங்கியவன் ஆனந்த் தியேட்டரிலேயே இறங்கிக் கொண்டான்.

மினி ஆனந்தில் ஒரு இளமையான துள்ளல் படம் ஓடிக்கொண்டிருந்தது.

பார்க்கலாமா, பார்க்கக் கூடாதா? என்று சில நிமிடங்கள் குழம்பினான்...

சரி பார்க்கலாம்... அப்படி என்ன இருந்து விடப் போகிறது.

போனான்... அவுஸ்புல்... போர்டு சிரித்தது.

"சார் வேணுமா 2.90 டிக்கெட்டுக்கு 6 ரூபா..."

"என்னப்பா ரேட் ஜாஸ்தியா சொல்றியே... ஒரு ரூபா சேத்து வேணும்னா தர்றேன்"

"என்ன சொன்னே... ஒரு ரூபாயா? அயித்துக்கினு சும்மா கிடய்யா... அவனவன் டிக்கெட் கிடைக்க லோ... லோன்னு அலையறான்... ஒண்ணுமில்லாத கிளப் டான்ஸ் படமே அஞ்சு ரூபா பிளாக்ல போவுது... இது என்னா படம்... டக்கர்... ஜிலு ஜிலுன்னு ஆடறா ஹிரோயினு.... என்னா சார் வேணுமா வேணாமா?"

அடுத்தவரிடம் போய் நீட்டினான்... "சாவு கிராக்கி.. சார் உங்களுக்கு வேணுமா சார், ஒரே டிக்கெட்தான் இருக்குது... பத்து ரூபா சார்..."

"கம்மி இல்லையா..."

"இல்லே சார்! அவரே 8 ரூபாய்க்கு கேட்டாரு... நான் தரலே..."

"சரி... சரி.. 9 ரூபாதான் இருக்கு... வைச்சிக்கப்பா..." கையில் நொந்தினான் அந்த ஆள்.

"என்னா சார் இது... காலங்காத்தால எனக்கு ஒரு ரூபா நஷ்டம்...." டிக்கெட் 9 ரூபாய்க்கு விற்றுவிட்டான்.

முரளிக்கு ஆச்சரியமாயிருந்தது... அடப்பாவி! கண்ணெதிரிலேயே கொள்ளை அடிக்கிறானே; படுபாவிப்பய உருப்படுவானா?

“ஏம்பா என்ன இது...''

“என்னா” அறைந்து விடுகிற மாதிரி கேட்டான்.

‘ 4ரூபான்னே ... அவன் கிட்டே 9 ரூபா வாங்கறீயே.”

“ஆமாம் வாங்கனேன்! என்ன தப்பு...? கொள்ளையா அடிச்சேன்... அவனை யாரு அப்படி. பிளாக் டிக்கெட்டுல வாங்கி பார்க்க சொன்னது. எவனும் பிளாக்கில வாங்கலேன்னா நான் ஏன் இந்த தொழிலை நடத்தறேன்...''

“தோ... பாருங்க சார். நியாயமா கஷ்டப்பட்டு முதுகு ஒடிச்சு சம்பாதிச்சா இப்படி எவனாவது வாங்கிட்டு போவானா சார்?''

“காலம் மாறிப் போச்சு சார்... மாறிப் போச்சு... ஆமாம் நீங்க இந்த தியேட்டருக்கு இதுக்கு முன்னாடி வந்ததில்லையா?''

“இதான் முதல் தடவை...”

“அதான்... தெரியுதே!...”

கலெக்ஷனை எண்ணிக் கொண்டு நழுவினான் அந்த பிளாக் டிக்கெட் பையன்.

நேரம் நகரமாட்டேன் என்று அடம்பிடித்தது... எப்போதாவது காலத்தை கழுத்துப் பிடித்து திருகிவிடலாம் என்று தோன்றுமா? தோன்றும்... எப்போது? அது இது மாதிரி ஒரு இக்கட்டான அவஸ்தையிலிருக்கும் போது தோன்றும்...

திவ்யா சொன்ன மாதிரி ஈவினிங் முரளி கோடம்பாக்கம் அம்பேத்கார் சிலையருகே செல்லும் தெருவுக்குச் செல்ல வேண்டும்.

அய்யோ! இப்படியா ஒரு கதை எழுத வேண்டுமென்று கேட்பாள். இருந்தாலும் திவ்யா சரியான நெஞ்சழுத்தக் காரிதான்.

எந்த இடத்திற்கு அனுப்பவேண்டும் என்று தீர்மானித்துச் சொன்ன திவ்யா சமான்யமானவள் தான்... சே... சே... என்னதான் சொன்னாலும் அதற்குச் சரியான

காரணமிருக்கும். காரண காரியமில்லாமல் கண்ணாமூச்சி ஆட விடுபவள் அல்ல...

திவ்யா ஆசைப்படி இன்றைய அனுபவம்.... ஒரு கதையாய் வெளிப்பட வேண்டும்.

சரி... முடியாதா என்ன?

ஏன் முடியாது?

ஒரு வழியாய் தீர்மானித்தான்...

இன்று ராத்திரி எட்டு மணிக்கு போய் விடுவதென்று...

நேரம் நெருங்க நெருங்க அவனுக்கு வியர்த்தது... கோடம்பாக்கம் பாலத்தில் சரியாக எட்டு மணிக்கு தைரியமாய் நின்று வேகமாய் வந்த ஆட்டோரிக்ஷாவை கை தட்டி நிறுத்தினான்.

“நேரா போய் லெப்ட்ல திரும்பி...''

ஆட்டோ மீட்டர் போட்ட சப்தத்துடன் வேகமாய் போனது.

“நிறுத்துபா.”

ஆட்டோ சடனாய் நின்றது.

“ஏன்... நீங்க சொன்ன இடம் இன்னும் வரலையே?'' என்ற மாதிரி பார்த்தான்.

“கேட்டா தப்பா நினைச்சுக்கக் கூடாது... அது எங்கப்பா கிடைக்கும்”

“எது சார்... புட்டியா.... அதான் ‘எங்க ஓணுமின்னாலும் தொறந்து கீதே சார்...''

“அதில்லப்பா ... அயிட்டம் எங்க கிடைக்கும்...''

மேலேயும் கீழேயும் பார்த்தான்.

“பார்த்தா படிக்கிறபுள்ளை மாதிரி கீற... ஏன் சார் இந்த வயசுல கெட்டுப் போறீங்க... கசமாலம்... தின்னுட்டு கொழுப்பேறிப் போனவங்கதான் இதே தொழிலா வர்றாங்கன்னா... உங்களுக்கு ஏன் சார்...”

“தே... தே... பாருப்பா இப்படி... நான் அது மாதிரி ஆளு இல்லே... வேற மாதிரி''

“வேற மாதிரியா? அப்படீன்னா இங்க என்ன சார் வேலை...”

"பாருப்பா... நான் சொல்றதை கிண்டலா நினைக்கக் கூடாது. நிஜமா சொல்றேன்... அவங்கெல்லாம் ஏன் அப்படி ஆனாங்கன்னு தெரிஞ்சிக்க ஆசைப்படறேன்..."

"வேறதுக்கு சார்... எல்லாம் சாண் வயித்துக்கு தான் இல்லாத கொடுமை... வேற வழி தெரியலே" கெட்டுபுட்டாங்க

ஆட்டோ ரிக்ஷா கிழவன் நொந்தபடி சொன்னான்.

"நீ சொன்னா எப்படி? அதை நான் தெரிஞ்சிக்க வேணாமா?"

"சரி... உங்க தலையெயுத்து... நான் சொல்றதுக்கின்னா கீது சார்''

"நான் இப்ப எங்க போவட்டும்...?''

'' அதான் சொன்னனே! அதுக்கு வழியிருந்தா சொல்லு...''

"சரி... உடமாட்டீங்க போலயிருக்கு... எம்மச்சான் கிட்ட இட்டுகினு போயி உடறேன். அவனுக்கு தான் அந்த விவரமெல்லாம் தெரியும், அவருகிட்ட பலானதுன்னு சொல்லிகினா அதுக்கு அவனாலானதை செய்வான்... போவட்டா?"

"ம்... போ...''

ஆட்டோ போய் மச்சான் வீட்டு குடிசையின் முன் நின்றது.

"நீங்க கொஞ்ச நேரம் வண்டியில குந்துங்க சார்... நான் உள்ள போயிட்டு வர்றேன்...''

கிழவன் உள்ளே போகவும் ஒரு வாலிபன் வேட்டியைச் சரிசெய்து கொண்டு வெளியே வரவும் சரியாயிருந்தது.

அவனைக் கண்டுகொண்டதாய் கிழவன் காட்டிக் கொள்ளவில்லை.

அந்த வாலிபன் ஆட்டோ அருகே வந்து "தோ பாருப்பா பத்து ரூபாய்க்கு மேல் ஏமாந்துறாதேன்னு" எச்சரித்து விட்டுப் போனான்.

அட கடவுளே! இது என்னடா அக்கிரமம். சர்வ சாதாரணமாய் காய்கறி விலை சொல்கிற மாதிரி சொல்லி விட்டுப் போகிறான்.

முரளிக்கு ஆச்சரியம் கலந்த அழுகையாய் மனசு நொந்தது.... ம்... ஆயாசப்பட்டு பெருமூச்செறிந்தான்.

மேலும் என்ன நடக்கும்? இனம் கலவாத பீதியோடு எதிர்நோக்கிக் கொண்டிருந்தான்.

கிழவர் ஒரு சின்னப்பெண்ணுடன் வந்தார்.

அந்தப் பெண் கூந்தலை சரிசெய்து கொண்டு, முகத்தை அழுந்தத் துடைத்துக் கொண்டு, ஒரு மாதிரியாய் பார்த்தபடி நின்றாள்.

சில நிமிடங்கள் அப்படியே நின்று கொண்டிருந்திருப்பாள்... முரளிக்கும் ஒன்றும் புரியவில்லை... 'பாவம்... இவளா... இந்த வயசிலேயா... அய்யோ...! பருவம் வந்திருக்கும் இந்த சின்ன மலரா... அடே... பிரம்மா... உன்னைச் சுருக்கிட்டாலும் தேவலை... மனசு ஆறவில்லை... அட துரோகி... இப்படிப் படைக்க உனக்கு மனசும் வருகிறதே...! சபித்தான் முரளி.

அந்தப் பெண் உள்ளே போய் விட்டாள்.

கிழவர் மெதுவாய் அருகில்வந்து சின்னச் சின்ன வார்த்தைகளாய் சொன்னார்.

"தம்பி... புதுப்பொண்ணு... இப்பதான் கல்யாணம் ஆயி ஒரு வாரம் ஆவுது. பாத்து நடந்துக்கோப்பா''

"பெரியவரே!"

கையெடுத்துக் கும்பிட்டான்.

"நான் அந்தமாதிரி ஆளு இல்லே என்னை நம்புங்க?" அழுகை முட்டிக் கொண்டு வந்தது. ஓடி விடாலாமா என்று நினைத்தான். இப்படி ஒரு அனுபவம் தேவைதானா?

தேவையில்லை! ஆனாலும் இது மாதிரி வாழ்க்கையும் நடந்து கொண்டிருக்கிறதே!

ஏதோ ஒரு குருட்டு தைரியத்தில் ஆட்டோவுக்கு பணம் கொடுத்துவிட்டு இறங்கினான்.

"மச்சானை கூப்பிடறேன்னு போனீங்களே...''

"அவன் வியாபாரத்தை கவனிக்க வெளிய போயிருக்கான் வந்துருவான் நீங்க போங்க... போலீஸ்.... கீலீஸ் யாரும் வரமாட்டாங்க... தைரியமாயிருக்கலாம் நா வர்றன் தம்பி..."

முரளி குடிசைக்குள்ளே தயங்கித் தயங்கிப் போனான்.

"வாங்க... வீடு வரைக்கும் வந்துட்டு... வாசலுக்குள்ள நுழையறதுக்கு வெக்கப்பட்டா என்ன அர்த்தம்?''

என்ன இவளா பேசுவது? பதினைந்து பதினாறு வயசுப் பெண்ணா? அட இப்படி ஒரு அனுபவம் இதற்குள்ளாகவா? வியந்து போனான்.

உள்ளே போனதும் கதவை சாத்திக் கொண்டாள். மூலையில் ஒரு சிம்னி விளக்கு இமைத்தபடி எரிந்து கொண்டிருந்தது.

பக்கத்திலேயே பானைகள் நாலைந்து அடுக்கி வைக்கப்பட்டிருந்தன. ஒரு வேளை அதில் தான் புளி, மிளகாய், பருப்பு, அரிசி போட்டு வைத்துக் கொள்வதாயிருக்கும்.

நடுவில் ஒரு சின்ன கோரைப்பாய் தாராளமாய் ஒருவர் மட்டுமே படுத்துக்கொள்ளலாம் சுவரில் ஒரு கூண்டு! அதில் டீ கிளாசும், கஞ்சி வடிக்கும் தட்டும் இருந்தது தட்டில் நாலைந்து வெற்றிலைப் பாக்கும், சுண்ணாம்பும் இருந்தது.

எடுத்து வந்து நீட்டினாள்

"நா... போடறதில்லே" திணறியபடி பேசினான்.

"சரி... துட்டு... போடலியா?"

பையிலிருந்த பணத்தை எடுத்து 50 ரூபாயை தட்டில் வைத்தான்.

"அட எம்புட்டு நேரம் காத்தால வரைக்குமா?"

என்ன சொல்வதென்று புரியவில்லை இவள் என்ன கூச்சப்படாமல் தரகன் மாதிரி பேசுகிறாள்...'' அம்மா! தாயே! நாங்கள் கும்பிடும் குலமம்மா! உங்களை கோயில் கட்டி கும்பிடவும் செய்கிறோம் நீங்களா இப்படி?' என்ன சொல்வது? விழித்தான்.

"சரி சரி பேசலேன்னா என்னா அதான் துட்டு பேசுதே... "விளக்கு ஊதட்டுமா." ஊதி அணைக்கப் போனாள்.

"யம்மா... யம்மா... இருக்கட்டும்."

"ஏன்யா பயப்படறே... புதுசா?"

"ஆமாம்."

"அப்படிதான் ஆரம்பத்துல எல்லாரும்... போவப் போவப்பாரு மினுக்குப் பூச்சி மினுக்கினாகூட பிடிக்காம போயிடும்."

என்ன செய்வது? அதற்கு வரவில்லையென்று எப்படியாவது புரியச் செய்ய வேண்டும்... ம் என்ன செய்யலாம் சரியான சமயத்தில் யோசனை வந்தது.

"தோ பாருமா தங்கச்சி"

பதறி எழுந்தாள் தட்டு எகிறிப் பறந்தது.

"என்னது தங்கச்சியா?"

பயந்து விட்டான் முரளி..

"ஆ...மா...ம் மா...."

கொஞ்ச நேரம் மௌனம் நிலவியது.

அந்தப் பெண்ணே மௌனத்தைக் கலைத்தாள்... கீழே சிதறிக் கிடந்த பணத்தை மட்டும் பொறுக்கி எடுத்து தட்டில் வைத்து நீட்டினாள். கண்ணில் நீர் சுரந்தது சோகம் முகத்தில் கவ்விக் கொண்டது.

"என்னம்மா இது?"

"ஒரு தங்கச்சி, அண்ணன்கிட்டயிருந்து இதுவரைக்கும் பணம் வாங்கினதில்லே" ஓ வென்று விசும்பி அழுதாள்.

"எனக்கு மட்டும் அண்ணான்னு ஒருத்தன் இருந்திருந்தா இந்த நிலைமைக்கு நான் வந்திருக்க மாட்டேன். நான் என்னவோன்னு நினைச்சு ஒருத்தனுக்கு கழுத்தை நீட்டி கிணத்துல விழுந்துட்டேன்"

அழுதபடியே அந்தப் பெண் சொன்னாள்.... மரணவாக்கு மூலம் தருகிற மாதிரி... ஒரு பாவப்பட்ட ஜென்மம் கூனிக் குறுகி நின்று "இறைஞ்சுவாயா இறைவா! இந்த பாவப்பட்ட மனத்திற்கு உன் இரட்சிப்பு கிடைக்குமா தேவனே!" என்று கதறுவதாய் தோன்றியது.

அந்தப் பெண் விருப்பப்பட்டா இது நடக்கிறது? அவளின் விருப்பு, வெறுப்புகளை காது கொடுத்துக் கேட்கும் ஒன்றல்லவா அவளை நெட்டித் தள்ளுகிறது.

நீ இதைச் செய்து தான் தீர வேண்டும். இது ஒன்றும் பாவமல்ல... இது பாவம் என்றால்... அது உன்னை மட்டும் சாராது வருகிற புண்ணியாத்மாக்களுக்கும் பொருந்தும் என்று எந்த சக்தி சமாதானப்படுத்தியிருக்கும்.

முரளி அந்தப் பெண்ணின் மனதைத் தேற்றியாக வேண்டும் "பாரும்மா... ஒண்ணும் நடந்துடலம்மா நாமே எந்தத் தப்பும்

ராசி அழகப்பன் ◆ 47

செய்யணும்னு நினைக்கிறதில்லே. மனசு சுத்தம் தாம்மா தேவை, அது உங்கிட்ட நிறைய இருக்கு.”

இன்னும் அழுது கொண்டுதானிருந்தாள் மெதுவாய் தலையைத் தூக்கிப் பார்த்து மீண்டும் இரண்டு முட்டிகளுக்கிடையில் தலையைப் பொதித்துக் கொண்டு அழுதாள்.

“புருஷன் எங்கம்மா?”

“கஞ்சா விக்க போயிருக்காரு...”

“கஞ்சாவா? ஏம்மா வேற வழியே தெரியலையா அவருக்கு! நீ ஒண்ணும் கேக்கறதில்லையா?”

“அடி தான் மிஞ்சிச்சு. பிரயோஜனமில்லே”

“ச்சே! இப்படி ஒரு புருஷனா? தேவை தானா?”

மேலும் விசும்பல் சத்தம் தான் அதிகமாகியது.

“அப்பா அம்மா எல்லாம் இருக்காங்களா?”

“இருக்காங்க ஊர்ல”

“எந்த ஊரு?”

“மதுரை பக்கம் ஒரு சின்ன கிராமம் அங்க அம்மா மட்டும் தான் இருக்காங்க. அப்பா யாரோ ஒரு ஆட்டக்காரி பின்னாலே ஓடிட்டாரு. அதறகப்புறம் அம்மா என்னை வளக்கிறதுக்கு எவ்வளவோ பாடுபட்டாங்க... பாவம் அவங்க என்ன பண்ணுவாங்க.”

“அந்த சமயம் பாத்து மெட்றாஸிலிருந்து வந்து என்னை கேட்டாங்க. அம்மா என்னை பத்திரமா எவங்கையிலாவது பிடிச்சுக் கொடுத்தா தேவலாம்னு நினைச்சு கல்யாணம் செஞ்சு வைச்சுட்டாங்க. அதறகப்புறம் தான் தெரிஞ்சது எனக்குத் தாலி கட்டினவரு கஞ்சா புருஷன்னு... புருஷன் என்ன தான் தப்பு செய்தவராயிருந்தாலும் அவரை வெறுத்துட்டு ஓடிட முடியுமா என்ன? அப்படி நம்ம நாட்டு பொம்பளைங்க செய்யறதில்லையே?”

“ஏன் செய்யக் கூடாது? செய்தால் தான் என்ன? ஒரு பெண், ஒரு ஆணோடு வாழ்ந்து தான் தீரவேண்டுமென்று எந்த மனு நீதிச் சட்டம் சொல்கிறது?

பெண் அடுத்தவனை நிமிர்ந்து பார்த்தாலே கற்பு பறிபோனது என்று கதறுகிறவர்கள் ஒழுக்கமாய் தானும் இருக்க வேண்டுமென்று ஏன் எண்ணிக்கூடப் பார்ப்பதில்லை.

ஆண்கள் ஏய்த்து விட்டார்கள். பெண்களை படுக்கைக்கு மட்டுமே சமரசமாக்குவதாய் முடிவெடுத்து விட்டார்கள். இது சரியல்ல? மீறியாக வேண்டும் இந்தத் தலைமுறையும் இந்த விஷயத்தில் மௌனம் சாதிக்கக் கூடாது.

"தங்கச்சி என் கூட வர்றியா நான் காப்பத்தறேன்."

"எம் புருஷன் என்னை கொன்னு போடுவான்."

"இதைவிட சாவறது எவ்வளவோ மேலும்மா. அதிருக்கட்டும். நீ ஏம்மா சாகணும். நானிருக்கேன். என் கண்ணுக்குத் தெரிஞ்சு தப்பு நடக்கறதை நான் அனுமதிக்க மாட்டேன்."

"என்னை மட்டும் கூப்பிட்டிட்டு போயி காப்பாத்தனீங்கன்னா பிரச்சனை தீந்துடுமா? நானில்லைன்னா இந்த இடத்தில் இன்னொருத்தி..."

"எப்படித்தான்னாலும் இது நியாயமில்லம்மா ஒரு பூவு என் கண்ணு முன்னால வாடறதைப் பாத்துக்கிட்டு என்னால சும்மா இருக்க முடியலம்மா. தயவு செஞ்சி நான் சொல்றதைக் கேளும்மா என் கூட வந்துடு."

கஞ்சா விற்கப் போன புருஷன் வாசலருகில் வந்து நின்றதும் இந்தக் கடைசி வார்த்தைகள்தான் காதில் விழுந்தன.

படபட வென்று கதவைத்தட்டினான். முரளி கதவைத் திறந்தான்.

'இவன் தான் தன் மனைவியை கடத்திப் போக வத்திருக்கிறான் என்று முடிவு கட்டி, சட்டையைப்பிடித்து இழுத்து வெளியே தள்ளினான்.'

"வெள்ள போடா ராஸ்கல் கழுதைங்களுக்கு புத்தி ஒரு மாதிரியா இருக்கிறதில்லையா? வந்துட்டானுக."

"நான் சொல்றதை கொஞ்சம் கேளுங்க ப்ளீஸ்."

"ஜோட்டாலடிப்பேன் போடா"

கதவு சாத்தப்பட்டது... உள்ளே இவனின் குரலை மீறி அவளின் அழுகை கேட்டது... முரளி வேறு வழியில்லாத நிலையில் திரும்பினான்.

ராசி அழகப்பன் ♦ 49

3

திவ்யா முரளியின் முகத்தையே பார்த்துக் கொண்டிருந்தாள்.

"ப்ளீஸ்... சொல்லுங்க முரளி என்ன நடந்தது கதை எழுதறதுக்கான கரு கிடைச்சதா?''

"கிடைச்சதும்மா ஆனா அது கதை எழுதறதுக்காக இல்லே அதை வைச்சி கதை எழுதவும் கூடாது."

"ஏன்?"

"புண்ணியமில்லே... அதை எழுதினப்புறம் புத்தகமா வாங்கி படிக்கறதுக்கு தகுதியுள்ள புத்திசாலிங்க அதாம்மா காசுள்ளவங்க அவங்கதாம்மா அந்த இடத்துக்கு பணம் கொடுத்து போறாங்க.... இந்த நிலையில் கதை எழுதி என்ன பிரயோசனம்?''

"ஜனங்களுக்கு சொல்லலாமில்லையா?''

"யாரும்மா ஜனங்க? ரொம்ப ஜனங்க இன்னும் கை நாட்டுதான். நீ சொல்ற ஜனங்களுக்கு படிக்கவும் தெரியாது. படிச்சவங்க செய்யற தில்லுமுல்லும் தெரியாது. படிக்க

தெரிஞ்சவங்க செய்யற தப்புல வந்தது தாம்மா நான் போன இடத்தோட நிலைமை...''

"அப்ப நீங்க எழுதப் போறதில்லையா?''

"சத்தியமா இனி எழுதப் போறதில்லை ஏன்னா இது எழுதி சொல்ற பிரச்சனையில்லை... தீர்க்கப்பட வேண்டிய பிரச்சனை''

"பின்ன என்ன பண்ணப் போறீங்க?"

"தீர்க்கறதுக்கு வழி தேடப்போறேன்" அதுக்கு நீ உதவியா வருவியாம்மா."

முரளியின் முகத்தைக் கூர்ந்து பார்த்துவிட்டு அவனின் கையைக் கெட்டியாய் பிடித்து அழுத்திக் கொண்டாள்.

***

கதை குறித்து...

இது எங்கோ, எப்போதோ நடந்த கதை மட்டுமல்ல எங்கும், எப்போதும் நடந்து கொண்டிருக்கிற சோக நிஜம்.

ஊற்றிக் கொடுக்கும் குப்புசாமி. எதிர்காலம் பற்றிய பயத்தால் கோழையாகிக் குடிக்கும் வாத்தியார் சண்முக சுந்தரம். அடிபடும் அம்மா, குழந்தைகள் சவால்களைச் சமாளித்து, வாழ்க்கையில் முன்னேறத் திராணியற்றுப் போன ராஜா போன்ற யாவரும் உண்மையின் உருவகங்களே!

யதார்த்தமும், பிரச்சனைகளும் ஊடும், பாவுமாகி நேர்த்தியான நெசவு நேர்ந்திருக்கிறது.

ஓர் ஏழைக் குடும்பத்து ஆசாபாசங்களை, அவலங்களை கனவுகளை, ஏமாற்றங்களையெல்லாம் ஆழமாகவும், ஆத்மாவோடும் படம் பிடித்துக் காட்டுகிறார் ஆசிரியர். இந்தக் கதை முடிவு எச்சரிக்கை மிகச்சிறந்த உத்தி.

கவிதை மாதிரியே இவருக்குக் கதையும் அழகாக எழுத வருவது தமிழுக்கு லாபம்.

'இலக்கிய வீதி' இனியவன்

இதான் நிலைமை

அந்தத் தெருவே அவர்களை வினோதமாய் பார்த்தது.

சைக்கிளை தள்ளிக்கொண்டு செல்கிற வாத்தியார் சண்முக சுந்தரத்தையும், நான்கடி பின்னால் தலைகுனிந்தவாறு ஓரக்கண்ணால் அக்கம் பக்கம் பார்த்துச் செல்லும் அவர் மகன் ராஜாவையும் தான் வைத்த கண் வாங்காமல் எல்லோரும் பார்த்தார்கள்.

எல்லோர் வாயிற்படியிலேயும் வினோதம் நின்று கேள்விக் கணைகளாய் அப்பாவையும் மகனையும் துளைத்தது.

தெருவில்...
உறவினர்கள்
மாமா
அத்தை
மச்சினன்
கடன்காரன்
பிள்ளைகள்
இளம் ஜோடிகள்
இன்னும் சில
கிழடுகள்...

விசேஷமாய் வாத்தியாருடன் தினமும் குடிக்கும் குப்புசாமி கூட அப்படித்தான் நெற்றிப்புருவம் விரியப் பார்த்தான்.

"என்னப்பா சண்முகசுந்தரம் ஆச்சரியமாயிருக்கே? மகனும், அப்பனுமா எதை வேட்டையா புறப்பட்டுட்டீங்க?"

கிண்டலாக சினிமாவில் வருகிற வில்லனின் நண்பனைப் போல் கேட்டான்.

இது சண்முகசுந்தரத்திற்கு ஆத்திரமூட்டியது. தன் மகன் கூட வரும்போது இவன் இப்படி கேட்பது 'இத்தனை நாளாய் என் கூட குடிச்சு கூத்தடிச்சே இன்னைக்கு எந்த மரத்தடியிலே ஞானம் வந்திச்சு' என்று கேட்பது போல் சுரீரெனப்பட்டது,

சட்டென ஒரு பார்வை, குப்புசாமிக்கு வியர்த்து விட்டது. மகனுக்கு தெம்பு. ஊராருக்கு மற்றுமொரு இன்ப அதிர்ச்சி.

வயசானவர்கள் பேசிக்கொண்டார்கள், "அன்னைக்கு தீபாவளியும் அதுவுமா, விடிகாலையே குடிச்சிட்டு வந்து அவன் பொஞ்சாதிய உண்டு இல்லைன்னு அடிச்சே உசிரை எடுத்தானே, அவனா இப்படி ஊமை மாதிரி போறது? இந்த கலியுகத்துல இது கூட நடக்குமா?"

"ஆமாம் எத்தனை நாளைக்கு கெட்டவன் கெட்டவனாக இருப்பான்? எதுக்கும் வேளை வரணுமில்ல? இன்னைக்குத்தான் சனியன் தொலைஞ்சது போலிருக்கு. இனிமேலாவது புள்ளைங்களை அடிக்காம, கொள்ளாம காப்பாத்தினா சரி. எல்லாம் இந்த மகமாயி புண்ணியம்"

இந்தப் பேச்சுவார்த்தைகள் அப்பாவுக்கும், மகனுக்கும் லேசாய் காதில் விழுந்தது.

தெருக்கோடியில் இணையும் ரோட்டின் ஆரம்பத்தில் வந்ததும் சண்முகசுந்தரம், மகனை சைக்கிளின் பின்னால் உட்காரச் சொன்னார், அவன், தானே சைக்கிள் விடுவதாய் சொன்னான்.

"வேண்டாம். நானே மிதிக்கிறேன். நீ பின்னால உக்காரு."

சண்முகசுந்தரம் சைக்கிளில் ஏறி மிதித்தார். மகன் பேசாமடந்தையாய் அமர்ந்து சென்றான்.

மூன்று மைல்கள் அமைதியாய் கழிந்தன.

மூன்றாவது மைலில் வரும் பென்னாத்தூரில் தான் பஸ் கிடைக்கும்.

ராஜா பஸ் வருவதற்கிடையில் என்னென்னவோ நினைத்துப் பார்த்தான்.

பத்து வருஷமாய் அம்மா, அப்பாவிடம் அநேகமாய் தினசரி அடிவாங்கிக் கொண்டேயிருப்பதையும், தம்பி, தங்கைகள் பயந்து, காடை, கவுதாரிகள் புதரில் போய்

ஒண்டிக் கொள்ளுமே அப்படி பயந்து செத்ததையும் நினைத்துக் கொண்டான்.

தான் மட்டும் எதிர்த்துப்பேசி சமாளித்துக் கொண்டு வந்ததை எண்ணிப்பார்த்தான்.

"அப்பா மகன் என்ன இடைவெளி இருக்கிறது சண்டையின் போது? பேசாத பேச்சு கேட்காத கேள்வி நீ என் மகன் இல்லை நான் உனக்கு அப்பன் இல்லை நீ பல பேருக்குப் பொறந்தே நீ மட்டும் என்னவாம் என் முகத்திலே விழிக்காதே இன்னும்... இன்னும்..." ஊரார் கூடுவார்கள். தடுப்பார்கள். ஒப்புக்கு. பின்னால் கேலி பேசுவார்கள். சொந்தக்காரர்கள் ஏனோ தானோவென்று துக்கம் விசாரித்து விட்டுப் போவார்கள்.

ஏதோ ஒரு சினிமாவில் வருமே பங்காளிச் சண்டைகள் அது போல. அதுவுமில்லையென்றால் ஹீரோ வில்லன் சண்டை போல... இதற்குத்தான் மவுசு என்பதுபோல் நாள்தோறும் வீட்டில் நடந்த ரகளையை நினைத்துப் பார்த்தான்.

மனதில் வெறுமை தட்டிற்று. பஸ் வந்ததும் இருவரும் ஏறி பனமலைப் பேட்டை போனார்கள்.

கல்யாணத்திற்கு ஏற்பாடு. பெண் பார்க்கும் படலம் பெண் பிடித்துப்போனது.

"வரதட்சணை எவ்வளவு?"

"நீங்களே சொல்லுங்க"

"அஞ்சு பவுன் நகை போட்டு இரண்டாயிரம் ரூபா கேஷா தரணும்"

"பையன் என்ன படிச்சிருக்கார்னு இவ்வளவு கேக்கறீங்க?"

"நெசவு தான் நெய்யறான். அதுக்காக? பையன் இல்லையா? பொண்ணுங்க இதுல்லைன்னா ஏராளமா பெருத்துக் கிடக்குது? மாட்டேன்னா சொல்லுங்க... நாங்க வேற இடத்துல சம்மந்தம் பண்ணிக்கிறோம்... உங்க ஊருலயே எப்போ எப்போன்னு காத்துக்கிட்டிருக்காங்க. அவங்ககிட்ட ஒரு வார்த்தை சொன்னா போதும் ஜாம்... ஜாம்னு வர்ற முகூர்த்தத்திலேயே முடிச்சிடுவாங்க. என்ன சொல்றீங்க?"

பெண்ணைப் பெற்றவர்கள் சம்மதித்தார்கள். ராஜாவுக்கு கடுப்பாக இருந்தது. "அப்பாவா, இவரு... நாமும் ஒரு பொண்ணை வச்சிருக்கோம்கிறதையே நினைக்கலே போலிருக்கு."

கல்யாணம் என்ற பெயரில் ஒரு பிளாக்மெயில். பெண் வீட்டுக்காரர்கள் பணிந்து போகிற கட்டம்.

மாப்பிள்ளைக்காரர் வெற்றிப் பெருமிதத்தோடு திரும்பினர்.

வழியில் ராஜாவுக்கு வாத்தியார் சண்முகசுந்தரம் ஆயிரம் சத்தியங்களைச் செய்தார். 'இனி குடிக்கவே மாட்டேன். சத்தியமாகச் சொல்றேன். குடிச்சேன்னா என்னை வீட்டை விட்டே துரத்திடு.'

ராஜாவுக்கு நம்பிக்கையில்லை.

இடைவேளைக்குப் பின்னே கதையில் மாற்றம் ஏற்படுமே, அதுமாதிரி இது என்று மனதில் இருத்திக் கொண்டான்.

"எல்லா அப்பாக்களுமே சில நேரத்தில் ஆசைப்படுகிற சபலத்தில் இது ஒரு பாகம்" என்று எண்ணினான்.

ஊருக்குத் திரும்பும் போதும் அதே கூட்டம். வியப்பு, பரபரப்பு, என்னவோ ஒரு திருப்பம் நடக்கப் போகிறதை எதிர்பார்க்கிறதைப் போலிருந்தனர்.

ஓரிரு நாட்கள் கழித்து திடீரென ராஜாவின் அம்மா "ஐயோ! அம்மா' அலறிப்புடைத்துக்கொண்டு வெளியேறினாள். குழந்தைகளும் அழுத வண்ணம் ஓடிவந்தன.

ராஜா வெளியே போய்விட்டு வந்து பார்த்த போது வீடே ரணகளப்பட்டுப் போய்விட்டது.

சத்தியம் கரைந்து போனதை உணர்ந்தான்.

தினமும் ஊற்றிக் கொடுக்கும் குப்புசாமியின் வேலை ஆரம்பித்து விட்டதை உணர்ந்தான்.

அவன் வயசுப்பிள்ளை. பிறரைப்போல தானும் மரியாதையாய் வாழ நினைத்து, முடியாது போய் இப்போது வெட்கப்பட்டான். காரியம் கைகூடாத நிலையில் வீட்டைவிட்டு ஓடினான்.

ஊர் அவனிருக்கும்போது பொறுமைசாலி என்று பாராட்டியது, அம்மாகூட அவனை நேசித்தாள்.

இன்று அம்மா உள்பட..... எல்லோரும் ராஜாவை 'ஓடுகாலி, அப்பன் பேச்சைக்கேட்காதவன்' என்று தூற்றினர்.

ஊர், சிரிக்கிறபோது சேர்ந்து சிரித்து. அழுகிறபோது தனித்து விடும்.

அது அவ்வளவு தான். அதற்கு மேல் அதற்கு தெம்பில்லை. மிஞ்சி வந்தால் சண்முகசுந்தரம் அவர்களை 'நீங்க யாருடா என் குடும்ப விஷயத்தில் தலையிடறது? இங்க என்ன சாவா விழுந்துடுச்சி? எல்லோரும் துக்கம் விசாரிக்க ஒண்ணா வந்துட்டிங்க' என்பார்.

கல்யாணம் குடிகார வாத்தியாரால், மகனால் நின்று போனது.

சினிமாவின் கிளைமாக்ஸ் காட்சி போல் குடும்பம் சிதறியது.

சில ஆண்டுகள் கழித்து ஊர் நறுக்கென்று ஒரு வார்த்தை சொன்னது.

"அந்த வாத்தியார் குடும்பம் போன கதி நீயும் போயிடுவே... ஒழுங்காயிரு'' என எச்சரித்தது!

***

கதை குறித்து...

"சின்னச் சின்ன முடிச்சுகளை அவிழ்த்து விட்டு எல்லோரையும் பெரிய விஷயத்தில் திக்கு முக்காட வைத்து விட்டுப் போய் விட்டாள்...' மிக அழுத்தமான வரிகள்.

சீத்தா நம்முடைய கிராமத்திலிருந்து போய்விட்டதாய் பிரிவு சோகம் கப்பிக் கொள்கிறது... சீத்தா மிக மெல்லிய கேரக்டர். நன்றாகவே உலா வந்திருக்கிறாள்.

சீத்தா, ரஞ்சித்தோடு தான் இருக்கிற மாதிரி கற்பனை பண்ணிக் கொள்கிற இடத்தில் வருகிற சீண்டல்களும், போலியான பாசாங்குகளும், பாவனைகளும், உண்மையில் ரசிக்கக் கூடிய ஒன்று. அழகான நடை. ஒரு ஓட்டு வீட்டின் ஜன்னல் வழியாய் நடக்கிற சம்பவங்களைப் பார்க்கிற மாதிரி ஒரு உணர்வு ஏற்படுகிறது. கடைசியில் சீத்தாவின் மரணத்தைப் பார்க்கிற போது அந்த ஜன்னல் விளிம்பில் எனது கண்ணீர் துளிகள்!

ஒரு இனிய ஸ்நேகிதியை இழந்து நிற்கிற மாதிரி சீத்தாவின் இழப்பு நெஞ்சில் நெருடிக் கொண்டிருக்கிறது.

கல்யாண்குமார்

கதவைத் திற காற்று வரட்டும்

நிலா, மேகத்தை துரத்திப்பிடித்து விளையாடிக் கொண்டிருந்தது. மேகம் உன் கையில் அகப்படுவேனா என்று பதுங்கியும், பாய்ந்தும் அலைக்கழித்தது. நிலா கொஞ்ச நேரம் நின்று 'சீபோ' என்று சலித்துக் கொண்டது.

நிலாவுக்கு மேகத்தின் மேல் கோபமா?

ச்சேச்சே... கூடாது.... அப்படியிருக்கவே கூடாது... யாருக்கும், யாருமேலயும் கோபம் இருக்கக்கூடாது.

கோபம் வந்தா கண்ணு மண்ணு தெரியாது. அதனாலதானே எவ்வளவோ பேரு பிரிஞ்சு போறாங்க.

கோபம். அடேயப்பா எவ்வளவு மோசம்னு தெரியாதா என்ன?

அப்படித்தான் ஒரு நாள் ஈவினிங் ரஞ்சித்கூட பக்கத்து வில்லேஜ்க்கு போயிகிட்டிருந்தோம் பேசிக்கிட்டே போனோம்.

பேச்சின்னா?

என்னன்னமோ...

வழக்கமா எல்லாரும் பேசிக்கிற சினிமா, பீச், பூ வகையறா இல்லை.

அதைப் பத்தி பேசினாலே முகத்தைத் தூக்கி உம்முன்னு வைச்சுக்குவாரு.

ரஞ்சித் எப்பவும் ஜிப்பாவும் தோள் பையுமா இருப்பார்.

லேசா குறுந்தாடி

அது பாக்கறதுக்கு அழகாதான் இருக்கும்.

அப்பப்போ “லெனின் தாடியாம்பேன்”

“இல்லே” ம் பார்

“பின்ன ஏன் தாடி வளர்க்கிறீங்க’’

“நானா வளர்க்கிறேன்.. அது தானா வளருது... அவ்வளவு தான்”

“ஷேவ் பண்ணக் கூடாதா?’’

“”தோணலே’’

“ஏன் தோணலை?”

“தோணலே...’’ அழுத்தமாய் சொன்னார்.

“அசிங்கமாயிருக்கு ஏதோ விழுது மாதிரி’’

“வேற ஏதாவது பேசு...’’

“இதுக்கு மொதல்ல பதில் சொல்லுங்க.’’

ரொம்பவும் ஆவேசப்பட்டு பையை தூக்கியெறிந்தபடி... “இந்த மயிரு தான் பெரிசாப் போச்சு! போற காரியம் முக்கியமில்லே... ச்சே... ரொம்ப இவன்னு திங் பண்ணேன்...” வேகமாய் போனான்.

இப்ப நினைச்சாலும் சிரிப்பு தான் வருது. நான் ஒண்ணும் தாடிய பிரச்சனையா நினைக்கிற பொண்ணுல்ல. அப்படி

ரஞ்சித் பேசிட்டாரேன்ற கோபமும் இல்ல ஏன்

கோபப்படணும்? கோபப்பட்டது எனக்கு ஒரு வகையில் சந்தோஷமாயிருந்தது.

பிரியம் இருக்கிற இடத்தில தானே கோபப்படத் தோணும்.

அவர் கோபப்படும் போது பாக்கணுமே... கண்ணெல்லாம் சிவந்து கொப்பளிச்சு போய், கன்னமெல்லாம் விதுவிதுத்து அப்பப்பா... ரொம்பவும் கோவக்காரர்தான்.

டென்ஷன் பேர்வழிதான்

என் மேல உயிரே வைச்சிருக்காரு.

கோபப்பட்டு அப்படியே போயிடலே.

அமைதியா தூக்கியெறிஞ்ச பைய எடுத்துட்டு போய் கொஞ்ச தூரம் கழிச்சு கொடுத்தப் போ... எனக்கு முந்திகிட்டு பேசினாரு.

ஸாரி சீத்தா... நான் அப்படி கோபப்பட்டிருக்கக் கூடாது. ஆனா, சீத்தா ஒண்ணுமேயில்லாத விஷயத்தை நீ மறுபடியும், மறுபடியும் பேசிக்கிட்டிருந்தது எரிச்சல் எரிச்சலா வந்தது.''

ஸ்தம்பிச்சு போயிட்டேன். ச்சே... ரஞ்சித் கடல் மாதிரி, பொங்கின வேகத்திலேயே குளிர்ந்து போயிடறாரு.

ஆனாலும் என் மனசுல இனம் புரியாத சின்ன, சின்ன அபிலாஷைகள். பொங்கிப் பிரவாகமெடுக்கும்... அது ஏன்னா? என்னன்னு சொல்றது!

அதான் பொண்ணு மனசு எவ்வளவு தான் ஆசை நிறை வேறினாலும்... தனக்குப் பிடிச்சவங்ககிட்டே காரணமே யில்லாம கோபிச்சுக்கணும்... சீண்டி விளையாடணும்னெல்லாம் தோணும்.

அதை மத்தவங்க சின்ன விஷயமா எடுத்துக்கலாம். பொண்ணை பொறுத்தவரைக்கும் அதான் சகலமும்.

அறுபது வயசு, சின்ன வயசுல விளையாடற தம்பதி மாதிரி நடந்துக்கறதுக்கு காரணம் இதான்.

மனசு என்னென்னவோ நினைச்சுக்க ஆரம்பிச்சது.

நிலா வட்டம் போட்டு வந்து முருங்கை மரத்துக் கிளை வழியா வந்து எட்டிப் பார்த்தது.

சீத்தா இந்த கிராமத்துக்கு வந்து சரியா எட்டுமாசம் ஆகப் போகுது.

இந்த ஊருக்கு வரும் போது ஒரே இருட்டு. ஊர் ஏழு மணிக்கே கப்சிப்னு அடங்கி மௌனியாயிருந்தது.

தோள் பையோட நுழைஞ்சதுக்கு வாங்கன்னு கூப்பிட்டது ஆந்தை மட்டும் தான்.

அதுக்கப்புறம் ஒரு குட்டி நாய். காலுக்கு கீழேயிருந்து கத்திகிட்டு ஓடிச்சு. அப்புறம்தான் எல்லா நாய்களும் சத்தம் போட்டது. ஒரு பெரியவர் எழுந்திரிச்சு வந்து பீடிபத்த வச்சிகிட்டு கேட்டாரு.

“யாரும்மா?”

“சோஷியல் சர்வீஸ் கேர்ள்.''

தலையில் அடித்துக் கொண்டு “சமூகசேவகின்னு வைச்சுக்குங்களேன்.”

“இந்த நேரத்துலதானாம்மா வரணும்? பயமா இல்லே?’’

“இல்லீங்க’’ லேசாய் சிரிப்பு முட்டியது.

“வயசுப் பொண்ணு தனியா வந்து ம்... வர வர உடம்புல பயமே அத்துப் போச்சு எல்லாருக்கும்! சரி வா ஸ்கூல் சாவி வாங்கித் தர்றேன். படுத்துக்கோ காலையிலே பேசிக்கலாம்.

இப்படி ஆரம்பிச்சது.

பகல்லே பாத்தா தான் தெரியும் இந்த ஊர் அழகு.

தெருவுல பாவு நீட்டுவாங்க. பக்கத்துல எல்லாம் சின்ன புள்ளைங்களும் ஆய்போகும், பொம்பளைங்க குப்பை கொட்டுவாங்க.

அது தப்புன்னு தெரிஞ்சு செய்யறதில்லே.

அதெல்லாம் தப்பில்லேன்றதுன்னு மனசுல தோணிப் போச்சு அவங்களுக்கு.

அப்போ தப்பில்லையா?

தப்பு தான். என்னைக்காவது ஒரு நாள் பண்டிகைக்கு தோணும். ஒருத்தருக்கு ஒருத்தர் அட்வைஸ் பண்ணிப்பாங்க. பெருக்கி கோலம் போட்டு அழகு பாப்பாங்க.

அப்புறம் அதெல்லாம் மறந்து பழையபடியே

சகஜமாயிடுவாங்க.

சாப்பிட்ட தட்டை கழுவி தெருவுல ஊத்துவாங்க. அது ஆள் மேல பட்டுடுச்சுன்னா ஊரே ரகளைப்படும்.

அதை பெரிய விவகாரமா எடுத்துட்டு ‘ஓ’ன்னு கூச்சல் போடுவாங்க. அப்புறம் மறுநாள் கிணற்றடியிலே அக்கா சித்திம்பாங்க.

எவ்வளவு தூரம் கோவிச்சுக்குவாங்களோ அதே சீக்கிரம் மறந்துடுவாங்க.

அதான் அந்த கிராமத்து ஜனங்க. மனசுல வைச்சுக்க தெரியாதவங்க. பிடிச்சா வடை, பாயாசம் சோறு, இல்லேன்னா போடாம்பாங்க.

சீத்தாவுக்கு இந்த ஊர் பிடித்துப் போனது ஆரம்பத்தில் சீத்தாவை ஏதோ ஒரு கவர்மெண்ட் ஆபீஸர் என்று தூரயிருந்தே பார்த்தாங்க.

அதுக்கப்புறம் சீத்தா பழகறதைப் பாத்துட்டு அக்கா, தங்கச்சின்னு கூப்பிட ஆரம்பிச்சுட்டாங்க...

சீத்தா வந்து தலையிட்டுத்தான் ராத்திரி கம்பங்க எரிய ஆரம்பிச்சது, குழந்தைகளுக்கு, மத்தவங்களுக்கு ஈவினிங்ல முதியோர் கல்வி நடக்க ஆரம்பிச்சது.

ரோடு சேங்ஷன் ஆக சீத்தா எவ்வளவோ தடவை அசலூருக்குப் போயி வந்திருக்கு.

சும்மா சொல்லக் கூடாது சீத்தா வந்த பிறகு ஊர் ஒரு மாதிரியா தலைசீவின மாதிரி ஆயிடுச்சு.

பக்கத்தூரு ஹைஸ்கூல்ல இந்த ஊரு பசங்களும் கணக்குல 35 மார்க் வாங்க ஆரம்பிச்சுட்டானுங்க.

தூண்டி விட்டது சீத்தாதானே?

இதெல்லாம் பெரிய விஷயமா படமாயிருக்கலாம் அறிவு ஜனங்ககிட்ட இல்லேன்னுசொல்லலை.

சீத்தாவுக்கு ரஞ்சித் சாதாரணமாய் அறிமுகமாகி அப்புறம்... அப்புறம் ரொம்ப நெருங்கிவந்து உக்காந்து கிட்டு கிள்ள ஆரம்பிச்சுட்டான்.

இருந்தாலும் வேதனை, இல்லேன்னாலும் அவஸ்தை.

ரஞ்சித் இப்போ ரொம்ப அவசியம்.

கிராமத்துல பல காரியங்களை ரஞ்சித் பங்கெடுக்க ஆரம்பிச்சாச்சு... சீத்தாவுக்கு பக்கபலம் ரஞ்சித்.

நாளைக்கு அதிகாலையில சீக்கரமா எழுந்திரிச்சு பக்கத்தூரு போகணும்.

பக்கத்தூரு ஆஸ்பத்திரியில ப்ரியமான பாட்டி மலேரியா காய்ச்சல் வந்து படுத்திருக்காங்க.

ஆயாக்கு வேற யாரும் சொந்தமில்லே சீக்கிரம் ஆஸ்பத்திரிக்கு போகணும்னு யோசிச்சுகிட்டே கண்ணை மூடினாள். தூக்கம் தூக்கமா வர சீத்தா தூங்கிப் போனாள்.

சீத்தா குளித்து முடித்து விட்டு கூந்தலை ஆத்திக் கொண்டிருந்தாள் அதற்குள் அடுப்பில் வைத்த சாதம் ஞாபகம் வர உள்ளே ஓடிப் போய் பார்த்தாள்.

பொங்கி வழிகிற மாதிரியிருந்தது. பதட்டத்தில் மூடியை வெறுங்கையால் எடுத்தாள். சூடு கைசுட்டதும் ‘ஆ’ என்று உதறினாள். சூடு கொஞ்சம் அதிகம்.

ரஞ்சித் உள்ளே வந்து பார்த்தான்.

"இதுக்குத்தான் எதுலயும் பொறுமை வேணுங்கறது, கையை கொண்டா பார்ப்போம்."

பேசாமல் உதறியபடியிருந்தாள்.

"சொன்னா கேளு காட்டு கொப்புளம் கிப்பளம் ஆயிடப்போகுது..."

நீட்டினாள்.

கையைப் பிடித்தவன் எந்தவித கூச்சமுமில்லாமால் "அய்யய்யோ மடப்பொண்ணே... மடப்பொண்ணே... பாத்து நடந்துக்கக் கூடாது. பக்கத்துல ஏதாச்சும் துணியா கிடைக்காம போச்சு? தடவிக் கொடுத்து நிஜமாகவே பரிதாபப்பட்டான்.

கையை உதறிக் கொண்டே சொன்னாள் "ஒண்ணும் ஆகல இதுக்கேன் குதிக்கிறீங்க."

"நானா... குதிக்கிறானா?"

"அது பேனா புடிக்கிற கையும்மா அதான் இல்லேன்னா எனக்கென்ன? எத்தனை விரல் சுட்டுக் கிட்டாலும் பேசாம இருந்துடுவேன்."

"அப்படியா?" என்கிற மாதிரி சீத்தா அழுத்தமாய் புருவத்தை உயர்த்திப் பார்த்தாள்.

லேசாய் தலைகுனிந்து மௌனம் சாதித்தான்.

"இன்னிக்கு வீட்டுக்கு அம்மா வரச்சொன்னாங்க. ஈவினிங்க சொல்லிட்டேன். நான் கிளம்பறேன்."

புறப்பட்டான்.

கொஞ்ச நேரத்தில் சீத்தா ஆஸ்பத்திரிக்குப் போனாள். ரஞ்சித் முன்ன மாதிரியா? எவ்வளவோ மாற்றம்.

முன்ன ஹிப்பி மாதிரி தலை இப்போ நீட்டா கச்சிதமா பாக்க அழகாயிருந்தார்.

அடடே... ஒரு பெரிய சேஞ்ச். சொல்ல மறந்துட்டேன். சின்ன... குச்சூண்டு தாடி ஷேவ் பண்ணிட்டிருந்தார்.

நேத்து அனாவசியம்னு கோபப்பட்டார். இன்னிக்கு காணோம். ஆமாம் கோவம்தான் அவருடைய பெஸ்ட் குவாலிபிகேஷன்.

பி.யு.சி. வரைக்கும் படிச்சுட்டு சும்மா சுத்திகிட்டு இருந்தவரை பொறுப்பாக்கினது நான்தான்னு அவங்கம்மா என்மேல உசிரே வச்சிகிட்டிருக்காங்க.

அப்பா ரொம்பவும் மரியாதை கொடுப்பார். ஒரே ஒரு தங்கச்சி ‘அக்கான்னு’ ஓடி வந்து கட்டி பிடிச்சுக்கும்.

ரிப்பன் அழகாயிருக்குன்னு சொன்னா. உடனே கொடுத்துடுவேன்.

அவ அழகாயிருக்குன்னு சொன்னா. அவ பாஷையிலே வேணும்னு அர்த்தம்.

யார் திட்டினாலும் கேக்கமாட்டா. ‘இது

அழகாயிருக்கேம்பா.’’

செல்லப் பொண்ணு

ஆஸ்பத்திரி வேலை முடிஞ்சு ரஞ்சித் வீட்டுக்குப் போக ஈவினிங் மணி ஆறாயிடுச்சு. ரஞ்சித் வீட்டுல இல்ல. ரஞ் சித் முதியோர் கல்வி நடத்த போயிட்டார்.

அம்மா மட்டும் இருந்தாங்க.

“வாம்மா... கை சுட்டுக்கிட்டயா?.... எங்க இந்த கையா? அந்த கையா?’’ நிஜமாகவே பதற்றத்துடன் விசாரித்தார்கள்.

எல்லாம் ரஞ்சித் வேலை. அம்மா கூப்பிட்டிருக்கக்கூட மாட்டாங்க. ஏதோ பொய்சொல்லி வரவழைச்சு விஷயத்தை சொல்லியிருப்பாரு.

“அதெல்லாம் ஒண்ணுமில்லம்மா சாதம் பொங்கின தட்டை எடுத்தேன். அதுக்குப் போயி.”

“எதுக்கும் ஜாக்கிரதையா இருக்கணும்மா.’’

“சரி... சரி... சாந்தி எங்க?”

“அவ பிரண்டு கூப்பிட்டான்னு போயிருக்கா.”

“பரீட்சை கிட்ட வந்துடுச்சு நல்லா படிக்கிறாளா?’’

“ம்... படிக்கிறா பொட்டபுள்ள படிச்சு என்ன கிழிக்கப் போறா. அடுப்பங்கரை உத்யோகத்துக்கு ஏன் படிப்பு எல்லாம். இந்த வருஷத்தோட படிப்பை மூட்டை கட்டச் சொல்லலாம்னு இருக்கேன்.’’

“வேண்டாம்மா.... அப்படியெல்லாம் செய்திடாதீங்க. இந்த ஊருல பத்தாவது படிக்கிற மொத பொண்ணு நம்ம

சாந்தி தான். இதாவது நாலு எழுத்து படிசசி போனாதான் மத்தவங்களுக்கும் படிக்கணும்கிற தெம்பு வரும் அந்த நம்பிக்கையை அழிக்க வேணாம்மா.''

அழமாட்டாத குறையாய் சீத்தா பேசினாள் பொறுப்பாக பேசிய வார்த்தைகள். அம்மாவுக்கு ஏதோ போல் ஆகி விட்டது.

படித்து என்ன ஆகப் போகிறது என்கிற கேள்வி தொண்டை வந்து எட்டிப் பார்த்தபோதும், சீத்தாவை தட்டிக் கழிக்க முற்படவில்லை. மறுக்க முடியாது 'சரிம்மா உன் இஷ்டம்' என்று முத்தாய்ப்பு வைத்தாள்.

"சரிம்மா வயசுக்கு வரப்போறா... வந்து வீட்டுல வச்சிகிட்டு இருக்கிறது சரியில்லையேம்மா.''

"அதான் சாந்தி படிக்கப் போவுதேம்மா. முதல்ல படிக்கட்டும் எவ்வளவு பேர் பட்டணத்துல முப்பது வயசு வரைக்கும் படிக்கிறாங்க தெரியுமா?''

"அது குடும்ப பொண்ணுக்கு அழகில்லியேம்மா''

கேள்விகள் சமாதானம் அடையாமல் வேறு, வேறு ரூபத்தில் முளைத்தன. சரி இதைப் பிற்பாடு சரி பண்ணிக் கொள்ளலாம் என்கிற நம்பிக்கையோடு புறப்பட தயாரானாள்.

"சீத்தாகாபி சாப்பிட்டு போ''

"இல்லம்மா அங்க கிளாஸ் எடுத்துக்கிட்டு இருப்பாரு. நான் போயி அவருக்கு ரெஸ்ட் கொடுக்கணும். கிளாஸ் எடுத்து இப்பவே ஒரு மணி நேரம் ஆகியிருக்கும் போகணும்மா''

"போலாம் இரும்மா. ஆனது ஆச்சு. இன்னும் ஒரு அஞ்சு நிமிஷம். இதுல என்ன குடி முழுகிப்போகுது.''

விடாப்பிடியாய் காப்பி போட்டுக்கொண்டு வந்து குடுத்தாள்.

அவசரம், அவசரமாய் குடித்தாள். காப்பி நிஜமாகவே சுவையாய் இருந்தது.

எப்படின்னு சொல்லத் தோணல ஒரு வேளை பிடிச்சவங்க போட்டுக் கொடுத்தா நல்லா தித்திக்குமோ என்னவோ நல்லாயிருந்தது.

"வர்ரேம்மா.''

சொல்லிக்கொண்டே வேகமாய் முதியோர் கல்வி வகுப்பறை அருகே போய் நின்றாள். வகுப்பு மும்முரமாய் நடந்து கொண்டிருந்தது. ரஞ்சித் சீத்தாவை கவனிக்கவில்லை.

அன்று எதிர்பாராத ஒரு சர்ச்சை.

பெண்கள் வேலைக்கு போறது தப்புன்னு ஒருத்தர் வாதம் செய்துகிட்டிருந்தார்.

இன்னொருத்தர் பதில் சொன்னார்.

"ஏன் போகக்கூடாது? பொம்பளைங்க ஆம்பளைகளுக்கு வடிச்சி கொட்டிகிட்டே தான் இருக்கணுமா? ஏன் படிச்சி வேலைக்குப் போகக் கூடாதா?

வேலைக்குப் போனா மதிக்கமாட்டா என்ற பயமா? இங்க ஆம்பளைங்களும் ஒண்ணு தான். பொம்பளைங்களும் ஒண்ணுதான்."

"எப்படி ஒண்ணு ஆவ முடியும்?" ஆம்பளைதான் சம்பாதிக்க பொறந்தவங்க. பொம்பளைங்க வடிச்சி கொட்னா போதும்.''

"அறிவு வரக்கூடாதுங்கற? இப்படி சொல்லித்தான் ஒரு கண்ணகிய வாழாவெட்டியாக்கிட்டீங்க... சீதைய காட்டுல விட்டுட்டீங்க. திரௌபதிய மானபங்கப்படுத்தினீங்க."

"ராமன் ஒண்ணும் சீதையை சும்மா காட்ல விடல ஊருல சந்தேகப்பட்டாங்க... விட்டாரு...''

"அப்போ ராமனுக்கு சுயபுத்தி இல்லையா? சீதை புருஷன் ராமன் கடவுள் அவதாரமாக்சே அவருக்குக் கூடவா தெரியாது எது நிஜம்னு? எல்லாம் பொய் வேஷம் தெரியாதா ஆம்பிளைங்க புத்தி?"

பொம்பளைங்கன்னாலே படுக்கையில புரள்ற சதைன்னு நினைப்பு. அம்மான்னா மட்டும், கையெடுத்து கும்பிடுவாங்க. மத்தவங்க எல்லாரையும் 'அடியேம் பாங்க?'

என்ன மதிக்கிறாங்க? பூமி, தண்ணி, புஸ்தகம், பேனா, பென்சில், ரப்பர் எது எடுத்தாலும் 'தாய்'னு கும்பிடுவாங்க கங்கான்னு கதறுவாங்க. நிஜமா பொண்டாட்டிக்கு கூட மரியாதை கொடுக்கமாட்டாங்க.

கத்திரிக்காய் கணக்கா நினைப்பாங்க. பொம்பளைங்களுக்கு மட்டும் தாலி கட்டி எங்கயும் போவக்கூடாது. படி

தாண்டினா பத்தினியில்லேம்பாங்க ஆனா தான் மட்டும் எல்லாரையும் ‘சைட்’ அடிப்பாங்க.

எது நியாயம்? பேசறாங்க! ‘படிக்கக் கூடாதாம் வேலைக்குப் போவக் கூடாதாம்?’

“எத்தனை வருஷம் அடிமை மாதிரி தலையாட்டி கேட்டுகிட்டிருப்பாங்க... ஏன்? ஒரு அம்பது வருஷத்து ஆம்பளைங்க அப்படியே இருந்தா என்ன?”

ஆவேசமாய் பேசினான்.

எதிர்த்தவன், ‘ நீ பொட்டப்பய அப்படி இருக்கலாம். நாங்க ஆம்பளைடா... மீசை முளைச்சவங்க... உன்னை மாதிரி ஒம்பது இல்லே’’ எழுந்து அடிக்கப் போய் விட்டான்.

ரஞ்சித் தடுக்கப் போவதற்குள் பெரிசாகி அறைந்து விட்டான்.

பதிலுக்கு இன்னொரு குத்து.

அவ்வளவு தான் கை கலப்பு முத்திவிட்டது.

ரஞ்சித் முதலில் அடித்தவரை கொஞ்சம் தள்ளி அழைத்துக் கொண்டு போய் “ஏன் கோபப்படறீங்க. அவர் மனசுலபட்டதை சொன்னாரு.... நீங்களும் சொன்னீங்க... அதுக்கேன் கை நீட்டறீங்க?

பேச்சு, பேச்சோட இருக்கிறப்போ அடிக்கிறது தப்பு.

அவர் கோபம் ரஞ்சித் மேல் திரும்பியது. “டேய்... நீ போடா.. பெரிசா புத்திமதி சொல்ல வந்துட்டான். பொட்டச்சி பின்னால சுத்தற பய. வந்துட்டானுக புத்திமதி சொல்றதுக்கு.

அடேய்... நீ கோவணம் கட்டினதிலிருந்து தெரியும் ஒட்டை ஜாண் இருந்து கிட்டு கிண்டிவுட்டு வேடிக்கை பாக்கிற? படிப்பு சொல்லித்தரானாம் படிப்பு எழவு எல்லாம் எழுந்து போங்கப்பா.’’

சிலர் எழுந்து போக ஆரம்பித்தார்கள்.

“இப்ப என்ன ஆயிடுச்சு. கோபப்படறீங்க.’’

“இன்னும் என்ன ஆவணும்? மயிரு...போடா தெரியும் உம்பவிசு...’’ தூக்கியெறிந்து விட்டு நடையைக் கட்டினர்.

“சார் நீங்க பேசாம வாங்க சார். முட்டாப் பயகிட்ட பேசிகிட்டு...” எதிர்த்துப் பேசியவன் கூப்பிட்டான். கொஞ்சம் சின்ன வயசு.

விஷயம் சின்னவங்க பெரியவங்க மரியாதை இல்லாம பழகறாங்க.

பொட்டச்சிங்களை சப்போட் பண்ணி பேசிகிட்டு திரியறானுங்க என்ற பழி வருவதாய், தெரிந்ததால் சீத்தா பேசாமல் இருந்து விட்டாள்.

ரஞ்சித்துக்கு மனம் உடைந்துவிட்டது. என்ன இப்படி ஆகிவிட்டதே என்று விசனப்பட்டான்.

இது மாதிரி ஏதாவது நடக்கலாம் என்று எதிர்பார்த்ததுதான். ஆனாலும் இவ்வளவு மோசமாய் ஆகும் என்று எதிர்பார்க்கவில்லை.

சரி.

அடுத்த காரியம்?

ஒன்றும் புரியவில்லை.

எல்லோரும் கலைந்து போய்விட்டார்கள். ஆனாலும் இருகோஷ்டிகள் அவரவர் வீட்டுத் திண்ணையில் அமர்ந்து கொண்டு சத்தமிட்டுக் கொண்டிருந்தனர்.

பெரியவர் சீத்தாவை பகிரங்கமாகவே குற்றம் சாட்டினார்.

“இந்தப் பொட்டச்சி வந்த பெறவு தான் இவ்வளவு ரகளையும்... பேசாம தேமேன்னு கிடந்த இளவட்டங்களை ரேக்கி விட்டு வேடிக்கை பாக்கறா... இப்படியே போனா யாருக்கும் இங்க மட்டு மரியாதை துளிகூட இருக்காது...’’ புலம்பித் தீர்த்தார். விரட்டணுமென்றார்.

பெரியவரிடம் யாரும் போய் அவ்வளவு சாதாரணமாய் ஒன்றும் சொல்லி விட முடியாது. பெரியவர் கொஞ்சம் வசதியுள்ளவர் விஷயம் தெரிந்த பேர்வழி. ஓட்டுச் சாவடியில் உட்காரும் பலம் அவருக்கு உண்டு.

பலம்னா? அதான். கொஞ்ச விவரம். அவரில்லாமல் பெரும்பாலும் எந்த காரியமும் நடந்ததில்லை.

ஏன்?

இந்த சில மாற்றங்களே கூட அவருடைய ஒப்புதலால் நடந்ததென்று சொல்லலாம்.

அவருக்கு இதனால் மதிப்பு ஊரில் கூடியது நிஜம் அதனாலும்... செய்திருக்கலாம்.

சீத்தாவுக்கு அவருடைய பலம் தெரியும். எதிர்த்துக் கொண்டால் தான் செய்ய வந்த காரியங்களெல்லாம் புஸ்வாணமாகிவிடும் என்று துல்லியமாய் உணர்ந்திருந்தாள்.

ரஞ்சித்திடம் அவசரமாய் சில விஷயங்களைச் சொன்னாள். முதலில் எதிர்த்துப் பேசின நண்பரை கொஞ்சம் அமைதியா இருக்கச் சொல்லுங்க.

"ம்... அப்படியே அவரை உங்க வீட்டுக்கு கூட்டிகிட்டு வந்துடுங்க.. இன்னும் சொல்லப் போனா... அவரை சப்போட் பண்றவங்களையும் ஆவேசப்படறவங்களையும் தயவு செஞ்சி வீட்டுக்கு கூட்டிகிட்டு வந்துடுங்க.''

சொல்லிவிட்டு ரஞ்சித் வீட்டுக்குப் போனாள் சீத்தா.

"என்னம்மா ரகளை."

"அம்மா ஒண்ணுமில்லே பேச்சுவாக்கில் கோபப்

பட்டுட்டாங்க. அதான்... ஆனா அதை சரிபண்ணிடலாம்."

"எப்படிம்மா... அந்த பெரியவரு ஒத்துவரமாட்டாரேம்மா... எதிர்த்துகிட்டா முதலுக்கே மோசம்மா.''

"அம்மா இங்க கொஞ்ச நேரம் பேச சில பேரு வருவாங்க ஆட்சபணையில்லையே?''

"அவரை கேக்கணும்.''

"சீத்தா எதுக்கோ யாரோ அதெல்லாம் எனக்குத் தெரியாது இது உன் வீடு... உன் இஷ்டம்... புரியுதா யார் பர்மிஷனும் வேண்டியதில்லை."

சீத்தாவுக்கு என்ன பேசுவதென்று புரியவில்லை திணறினாள். மூச்சு முட்டுகிற மாதிரி அவஸ்தை. இவ்வளவு ப்ரியமா?

ரஞ்சித்தோடு நாலைந்து இளைஞர்கள் வந்தார்கள்.

அமரச் சொன்னாள் சீத்தா.

அம்மா ஒரு பக்கமும், ரஞ்சித் அப்பா ஒரு பக்கமும், தங்கையும் உன்னிப்பாய் என்ன நடக்கப் போகிறதென்று பார்த்துக் கொண்டிருந்தார்கள்.

"நான் உங்களை யாரோன்னு நினைக்கலை... என் கூடப் பொறந்த அண்ணன், தம்பிங்களா நினைக்கிறேன்.''

சில நொடிகள் அமைதி.

மௌனம் எல்லோரையும் ஒருங்கிணைத்து அடுத்து என்ன என்பதற்கு செவி சாய்த்தது.

"அண்ணான்னு சொல்லலாம் தப்பில்லையே?"

"இல்லம்மா" ஒரே குரலில் பதில் வந்தது.

கண்ணீர் அடைத்தது.

"நாம பேசினது சரியாய் இருக்கலாம். ஏன் சரிதான்... ஆனா நாம பேசறாப்போ... நாம பேசற கருத்தை மட்டும் பாக்கறது இல்லே. பேசறது யாரு? பெரியவனா, சின்னவனான்னு பாக்க ஆரம்பிச்சுடுவாங்க."

பேசறச்சே விஷயம் தான் முக்கியம். ஆளோட வயசு முக்கியமில்லேன்னு நாம் நினைக்கலாம். நிஜமா பாக்கபோனா விஷயம் தான் முக்கியம். ஆனா பேசறப்போ அதை யாரும் மதிக்கிறதில்ல.

பெரியவங்க பேசறது தப்புன்னு தெரிஞ்சும் நாம சில நேரங்கள்ல மௌனமா இருக்க வேண்டியிருக்கும். நாம ஆமோதிக்கிறோம்னு அதுக்கு அர்த்தமில்லை. பதுங்க வேண்டிய நேரம். அவ்வளவு தான்!"

"ஏன் பதுங்கணும்?"

"ஒரு பெரிய விஷயத்துக்காக பாயறதுக்கு தயார் படுத்திக்கிறதுக்காக."

"பதுங்குறது கோழைத்தனமில்லையா? இல்ல. சொல்லப்போனா அது ஒரு ராஜ தந்திரம்."

எஸ்... அது ஒரு டெக்னிக்

ஒரு பாவ்லா.

அதனால எதிரிய கொஞ்சம் தாமதப்படுத்தலாம் அஜாக்கிரதையாக்க வைக்கலாம்.

ரஞ்சித் குறுக்கிட்டான்.

"இப்ப என்ன செய்யணும்?"

"அந்தப் பெரியவரை நாம் காம்ப்ரமைஸ் பண்ணிக்கணும். அட்ஜெஸ்ட் பண்ணிகிட்டா நல்லதுன்னு நினைக்கிறேன்."

தேவையில்லை அவர் எல்லாத்திலேயும் மோசம்... நாங்க ஏற்கனவே ஒரு நற்பணிமன்றம் வைச்சி எங்களால ஆனதைச் செய்துகிட்டிருந்தோம்.

அது இந்த கொள்ளிவாய் பிசாசுக்கு பிடிக்கலை ஆச்சு போச்சுன்னு குதிச்சாரு.

பத்து வருஷத்துக்கு முன்ன நின்னு போன ஒரு பழைய மன்றத்தை மறுபடியும் தொடச்சி சுத்தம் பண்ணி எதிர்த்தாரு.

என்னென்னவோ சங்கடம் செய்தாரு. கடைசியா நாங்க கலைச்சிட்டோம்.

அப்போ நாங்க முடிவு பண்ணது. நாம உண்டு. நம்ம வேலை உண்டுன்னு கிடக்க வேண்டியது. ஊரு வம்பு எதுக்கு?

அவனவன் பொழைக்கறதுலேயே கண்ணுகுத்தி பாம்பு மாதிரி காரியத்தில கண்ணா இருக்கான்

நாம ஏன் தெருவுல போற ஓணானை எடுத்து பனியனுக்குள்ள போடுவானே? அப்புறம் கொடையுது. கொடையுதும்பானேன்னு விட்டுட்டோம்.

"அந்தப் பெரிய மனுஷன் இருக்கிறவரைக்கும் ஊருல ஒண்ணும் செய்ய முடியாது."

"அப்படி, சலிச்சிட்டா எப்படி?"

"எப்படின்னா? அப்படித்தான்?"

"வீட்டுக்குள்ள பாம்பு புத்து கட்டி. பால் ஊத்தன கதை தான் அப்புறம்..."

சீத்தா கொஞ்சம் மௌனம் சாதித்து மீண்டும் பேசினாள்.

குரலில் கடுமையிருந்தது வார்த்தைகள் மெதுவாய் ஒவ்வொன்றாக வந்தாலும் அது பல அவதாரங்களைத் தாங்கி வருவது மாதிரி உணர்த்தியது.

சீத்தா! தான் ஏதோ அவிழ்க்க முடியாத புதிய முடிச்சை அவிழ்க்கும் முயற்சியில் திணறுவதாய் அறிந்தாள்.

இது புதுசு இப்படி ஒரு நிலைமை வந்ததாய் ஞாபகமில்லை.

முன்பு படித்தவர்கள் மத்தியில் பேசித் தீர்த்தது

எளிதாயிருந்தது.

ஆனால் அதுவே ஒரு கிராமத்தில்... குமைந்து கொண்டிருக்கிற சகோதரர்கள் மத்தியில்...

நீண்ட ஆயாசம்! பெருமூச்சு கனத்து வந்தது.

புரிந்து கொண்டவனாய் ரஞ்சித் பேசத் தயாரானான். பேசுவது சரியோ, தவறோ... பேசியே ஆக வேண்டும்.

அவளின் மனோ நிலையில் அவனும் சமபங்கு வகிக்கிற நிலையில் பேசினான்.

"பெரியவர் வெளிப்படையா பேசிட்டதால அவர் மட்டும் தான் நாம சொல்றதுக்கு முட்டுக்கட்டையாயிருக்கார்னு அர்த்தமில்ல.

மௌனமாயிருக்கிற நிறையபேர் அதை எதிர்க்கிறாங்கன்னு தான் அர்த்தம்.

கேள்விப்படறவங்க அத்தனை பேரும் ஒண்ணா சேந்துக்குவாங்க....

நாம கடைசில ஆவாதவங்களா போயிடுவோம்... வேற ஒரு நல்ல காரியமும் செய்ய முடியாது. வீணா எதிர்ப்புகள் வரும்.

அதைவிட முக்கியமா, சீத்தா வந்த பிறகு தான் இப்படி ஊரே எதிர்த்துப் பேசவும் சம்பிராதயங்களை தாக்கவும் ஆரம்பிச்சுட்டதும்பாங்க."

"மேற்கொண்டு என்ன செய்யறதுக்கிருக்கு?"

ரொம்ப நேரம் பேசினான் ரஞ்சித். ரஞ்சித் இவ்வளவு அழகாய்... தெளிவாய்... பேசுவானா? ஓ... ரஞ்சித்... உச்சிமோந்து எடுக்கணும் மாதிரி ஆசை பொங்கியது.

இந்த விஷயம் பேசி முடித்த பிறகு சீத்தா தன் வீட்டிற்குச் சென்றாள். தோட்டத்தில் பாய் போட்டு படுத்துக் கொண்டாள்.

அன்று முழு நிலாவின் அடுத்த நாள்.

கொஞ்சம், கொஞ்சமாய் வளர்ந்து முழுசாகிப் போன நிலவை, பார்த்துக் கொண்டேயிருக்கலாம். குஷி...

இது மாதிரி முன்பெல்லாம் தோணணதில்லே... ஏனோ தெரியல. இப்ப ஒரு அலாதிப் பிரியம்.

மனசோட பேசிக்கிற மாதிரி லயிப்பு...

சிநேகம் கொள்ள நினைப்பு...

ஏதேதோ சொல்லிச்சு....

கிசுகிசுத்து... மெல்ல... இன்னும் சத்தமில்லாம... பக்கத்துல உக்கார்ந்திருக்கிற சின்ன அசைவுக்குக் கூட கேக்காத மாதிரி... அது என்ன பாஷையாயிருக்கும்.

ப்ரமையோ?

ப்ரமையா? சேச்சே... அப்படியிருக்கக் கூடாது... இதெல்லாம் நிஜமாவேயிருக்கனும்.

ஏன்? இருக்கப்படாதா?

இருந்தா எவ்வளவு சந்தோஷம்!

அடேயப்பா என்னமா கொஞ்சல்!

மடியிலே படுத்துகிட்டு ரஞ்சித் என்னை அழுத்தமா பாக்றா மாதிரி...

நானும் அவரையே உத்து பாத்துகிட்டு...

கேசத்தை மெதுவா கோதிவிட்டுண்டு இருக்கிறச்சே.. சட்டுன்னு மூக்கை பிடிச்சு திருகி...

"ஏய் போக்கிரி என்ன இது..."

"சும்மா..."

மறுபடியும் கொஞ்ச நேரம் பேசாம இருந்துட்டு காதை பிடிச்சு வெடுக்கினு இழுத்து....

"அய்யோ... ச்சீ... மோசம்..."

"ஒண்ணுமில்ல... சும்மா..."

அடுத்த பத்து நிமிஷத்துக்குள்ள எத்தனையோ தடவை சேஷ்டை செய்ய எல்லாத்துக்கும்.

"என்ன இது..."

"ம்... ம்... சும்மா...?"

ஒவ்வொரு வார்த்தையாய் உச்சரிக்க, பொழுது விடிந்தது. ரெடியாகிக் கொண்டு கிளம்பிப் போனாள். ரஞ்சித் வீடு.

ரஞ்சித் தூங்கி அப்போது தான் எழுந்தான்.

"என்ன செய்யறீங்க?"

"சும்மா..." சமாளித்தான்.

“அய்யோ போதுமே... அசடு வழியுது... சும்மாவாம் சும்மா'' நேற்றைய ராத்திரி ஞாபகம் வர மனசிலே சிரித்துக் கொண்டாள்.

வாய்விட்டு சிரித்து, காலையிலேயே அப்பா, அம்மா பார்த்து தப்பாக நினைத்து விட்டால்...

“அண்டஸ்டேண்டிங் இருந்தா பெட்டர் லைப் இல்லன்னா ஸ்டிரக்கிள் தான்...

மனசு இரண்டு விதமாய் நினைத்தது... இதுவா முதல் பிரச்சனை?

ஊர் ரெண்டுபடும் பிரச்னையை தீர்த்து வைக்கணு

மில்லையா?

நான்கைந்து இளைஞர்கள் சேர்ந்து கொண்டு பெரியவர் நிலத்திற்கே போனார்கள் சீத்தாவும் பின்னால் வந்தாள். ஆனால் ஏதும் பேசக்கூடாது என்று மௌனமாய் நடந்தாள்.

ரஞ்சித்தும் அப்படியே...!

பெரியவர் கிணற்றுக்குள் குளிக்க ஆயத்தமானார் கிணறு பதினாறு கஜம் ஆழம்.

ஒரே பாறை வெட்ட வெட்ட பாறை ஏதோ குருட்டாம் போக்கில் ஊற்று ஒன்று வகையாய் சிக்கிக்கொண்டது தண்ணிக்குப் பஞ்சமில்லை.

ஊருக்கே சப்ளை செய்யும் திராணியிலிருந்தது.

எதிர்த்துப் பேசிய இளைஞனோடு மற்றவர்களும் சேர்ந்து கொண்டு வர பெரியவர் பயந்து விட்டார்.

வியர்த்தது முகமெல்லாம். கை, கால் நடுங்கியது. உதைக்கத்தான் திட்டம் போட்டு வந்திருக்கிறார்கள் என்று பயந்து தப்பிக்க கூச்சல் போட நினைத்தார்.

சப்தம் எழுமோ, எழாதோ என்று சந்தேக நிலையில் தவித்தார். அப்போது

“நாங்க ஆத்திரத்துல அப்படி பேசிட்டோம் உங்களை குற்றம் சொல்லணும்னு நினைக்கல. ஆனா அப்படி

முடிஞ்சிடுச்சி.

நீங்க அதையெல்லாம் மனசுல வைச்சுக்கக்கூடாது.. உங்க பிள்ளைங்க தப்பு செய்யறதில்லையா? அப்படி நினைச்சிக்கிடனும்...

பக்கத்தூரு, அக்கத்தூருக்கெல்லாம் ரோடு பஸ் வருது. நம்ம ஊருக்கென்னடான்னா ரோட்டே சரியில்லை.

நடந்தாலே கால் பொத்தலாயிடும் போல இருக்கு. ஊர்ல பள்ளிக்கூடம், கிடங்கு, கூட்டுறவு எல்லாம் வரணும்... அதுக்கு உங்க ஆசிர்வாதம் வேணும்.

பெரியவர்களோட ஆசிர்வாதமும், அன்பும் இருந்தால் தானே செய்ய முடியும்!

உங்ககிட்டே பேசணும்கிற நினைப்பே இல்லாம பேசிட்டோம்... அவ்வளவு தான்..."

பெரியவர் அசந்துபோய் விட்டார்... ஒன்றும் புரியவில்லை... ஏதோ பூமி தலை கீழே சுத்தறமாதிரி தோணிச்சு.

நிஜமா?

ஆமாம் பொய்யில்லை...

ஒரு வேளை நடிக்கிறானுவளோ?

சந்தேகப்பட்டுக் கொண்டே மேலே ஏறி வந்தார்

"குளிக்கலீங்களா?"

"அப்புறமா குளிச்சிகிட்டா போச்சு..."

மேலே வந்தார் ... சீத்தா. ரஞ்சித்தைப் பார்த்துட்டு கிட்டேபோய் ஏதோ பிதற்றினர்.

"அம்மா... நான் கோவத்துல ஏதோ தத்து பித்துன்னு உளறியிருப்பேன். அதெல்லாம் கண்டுக்கப்படாது. உங்கப்பா இருந்தா கோவிச்சுக்கமாட்டார் அப்படி நினைச்சுக்கோ.

ஏன் அம்மாத்திரம்? ஒரு சனியன் வாய்க்குவந்த மேனியா ஏசிட்டுப் போச்சுன்னு வைச்சுக்கோயேன்."

'அய்யய்யோ ... அதை நான் அப்பவே மறந்துட்டேன்... உங்களுக்கு திட்டவும் உரிமையிருக்கு. கொண்டாடவும் உரிமையிருக்கு உங்களுக்கு இல்லாத உரிமை யாருக்கு?"

உருகிப் போனார் பெரியவர். 'ரஞ்சித் தம்பி மனசுல ஒண்ணும் வச்சுக்கப்படாது..."

பேசிக் கொண்டே வீடு போனார்.

தோட்டத்துப் பக்கம்:

போய் வீட்டில் அமர்க்களப்படுத்திவிட்டார்.

டிபன் சாப்பிட்டுதான் எல்லோரும் போகணும்னு அடம்பிடிச்சார்.

சந்தோஷம் வந்தாலும், துக்கம் வந்தாலும் அபரிமிதமான செய்கைதான் செய்ய ஆரம்பிச்சுடறாங்க.

அப்போ எல்லோரும் ஒரு சின்ன குழந்தை மாதிரிதான்.

சந்தோஷப்பட்டா நாம என்ன செய்யறோம்கிறதே. புரியாமல் போயிடும்

துக்கப்பட்டாலும் அப்படி தான்

ஆச்சரியமான லைப்.

புரிஞ்சிகிட்டு சிரிக்கணும். இப்ப அழணும். இங்க அழக்கூடாதுன்னு கட்டுப்படுத்தற சக்தி யாருகிட்டேயும் இல்லாம சில நேரங்களில் ஆயிடுது

அப்படித்தான் பெரியவர் ஏக அமர்க்களத்தில் இருந்தார்.

"உங்க ஊரு எதும்மா?"

"காரைக்குடி..."

"அடடே... நம்ம ஊரு பக்கத்துல தான். ஆங் சொல்லு... என்ன படிச்சிருக்கே?"

"எம்.ஏ..."

"அடேங்கப்பா பெரிய படிப்பா... ம்... பெரிய படிப்பு படிச்சுட்டு இப்படி கிராமத்துல எப்படிம்மா இருக்க முடியுது?"

"மனசு தான்... இங்க இருக்கிற சுகம் வேற எங்கியும் இல்லை.

காற்றும், மனசும் சுத்தமாயிருக்கிறது இந்த மாதிரி இடங்களிலே தான்...

கோவிச்சுக்குவாங்க அப்புறம் ஒண்ணாயிடுவாங்க."

"என்னம்மா பழச இன்னும் நீ மறக்கலபோலிருக்கு அது ஒரு சும்மா.... அதையேம்மா மனசுல போட்டு குழப்பிக்கிறே..."

எல்லோரும் சிரித்தார்கள்

அப்போது எல்லா துருவங்களும் கைகுலுக்கிக் கொண்டன.

அந்த சந்தோஷ நிசப்தம் பல நிமிடம் விரிந்து பரவியது.

"அடுத்தாப்ல கிளாஸ்...''

"நிச்சயமா நடக்கும்லே...''

"நடக்கும்... ஏன் சந்தேகம்?''

அடிச்சிகிட்டாதான் தெரிஞ்சிக்க முடியும்.

"கலகத்துல ஞாபம் பொறக்குமுங்களே!''

அப்புறம் அந்த ஊருக்கு தண்ணி டேங்குக்கான முயற்சிகளைப் பேசிக் கொண்டிருந்தார்கள்.

சீத்தா நாளை மனுப் போடலாமென்றாள்.

"போட்டுறுவோம்... எல்லார் கிட்டேயும் கையெழுத்தை உடனே வாங்கிடுவோம் முடிச்சுடலாம்."

பலநாள் அவஸ்தையில் தண்ணி டேங்கும், ரோடு ரிப்பேரும் சேங்ஷன் ஆகியது.

ரஞ்சித் சீத்தா கிட்டத்தட்ட கல்யாணம் செய்து கொள்கிற நிலையில் இருந்தார்கள்.

அப்போது பல பிரச்சனைகள் ஆனாலும் சின்ன சின்ன பொறிகள் பரவி தீப்பிடிக்காமலிருக்க ஜாக்கிரதையாகவே யிருந்தாள் சீத்தா

தண்ணீர் டேங்க் இன்னும் சில நாளில் திறக்கவிருக்கிறது.

ரஞ்சித் சீத்தா பேசிக் கொண்டே போனார்கள்.

"என்ன செய்யலாம்?''

"இப்படி கேட்டா...?''

"எனக்கொண்ணும் தெரியாது சும்மாயிருந்தவனை நீதான் உசுப்பி விட்டு அது, இதுன்னே செஞ்சே... அப்படியே இப்பவும் நீ எதனாச்சும் சொல்லு அப்படியே நடக்கிறேன்...''

"நீங்க என்ன சின்ன பப்பாவா? வாயில விரலு வைச்சா கடிக்கவே தெரியாதா? நீங்களே சொல்லுங்க...''

"நான் ஒண்ணும் சொல்லப்போறதில்ல."

மௌனம் கனத்தது.

சேச்சே இந்த மௌனத்தை சாகடிக்கணும்... என்னமாய் துடிக்கிறது கணம் கணம் ஜீவிதத்தைக் கிள்ளிவிட்டு என்னமாய் வேடிக்கை பார்க்கிறது.

"ம்... நானே சொல்றேன்... நாம கல்யாணம் செய்துக்குவோம்..."

"செய்துட்டு..."

"என்ன செய்துட்டு? வழக்கமா இருக்கிற மாதிரி இருப்போம்.."

"அம்மா அப்பா.."

"அவங்க எப்போ எப்போன்னு இருக்காங்க..."

"ஊரு....?"

"அடேயப்பா நீதான் வந்து ஒரு வழி ஆக்கிட்டியே... உன்னை பிரியணும்னாவே அழுதுடுவாங்க..."

"பொய்... பொய்"

"நம்பாதே! நம்பிடப் போறே?"

சீத்தா ஒன்றும் தெரியாத மாதிரி பாவித்தாள்.

பாவனை செய்வதும் ஒரு சுகம்தானே!

இருவருக்கும் தெரியும்...

ரெண்டு பேருமே அர்த்தமில்லாமல் பேசிக்கொள்வது...

ஆனாலும் அதில் தானே ஒரு அர்த்தம் பிறக்கிறது.

சுகமாய் தோளைத் தொட்டு... நெஞ்சை நிமிர்த்தி 'ஏய் போக்கிரி' என்று சீண்டி விளையாடுகிறது.

அது ஒரு அலாதியான சுகம்.

ப்ரியமான சீண்டல்.

சீண்டி விட்டிக் கொண்டு வேடிக்கை பார்ப்பது. அடேயப்பா ஆயிரம் மூட்டை சீனிக்குச் சமம்.

பொழுது சாயும் நேரம்...

சீத்தா பேசினாள்...

"போதும்... போதும் அப்படி பாக்காதீங்க... நாளைக்கு காலல டவுனுக்கு போயி நோட்டீஸ் அடிச்சிகிட்டுவர்றேன்...

நம்ம பிரச்சனை ஒண்ணு தீருமில்லே..."

"ம்..." என்கிற மாதிரி தலையசைத்தான்.

போலாமா வீட்டுக்கு?

திரும்பி வீடு போனார்கள்.

ரொம்ப நேரம் கழித்து சீத்தா எழுந்து டவுனுக்குப் போனாள்.

அவளுக்குப் பிடித்த லைட்கிரீன்.

ஊரே அமர்க்களமாய் பேசிக் கொண்டு இருந்தது. அல்லோகலப்பட்டது.

ரஞ்சித் வீட்டில் சொல்லி... ஊரே பரவி சீத்தாவை எல்லோரும் திக்கு முக்காடத் திட்டம் போட்டு ஸ்வீட் பாக்கெட் வைத்திருந்தார்கள்.

'ஒரு வெட்டிங் நியூஸ்னு சொல்லி சாப்பரைஸ் ஆக்கி...' 'என்னன்னு சீத்தா கேட்டு...' எல்லோரும் ஒரே குரல்ல...

'ரஞ்சித்... சீத்தான்னு' ஒப்பிக்க... ஸ்டன்னாக்கணும்னு முடிவு பண்ணியாச்சு....

இன்னும் கொஞ்சநேரத்துல வந்துடுவான்னு எதிர்பார்க்க... ஒருத்தன் ஓடிவந்து அலற

ஊரே பின்னால் ஓட

சீத்தா சிரித்தபடி கையில் இன்விடேஷன் கார்டோடு... தன்னை இழந்த நிலையில்

ரஞ்சித் அழமாட்டாமல் நிலைத்துப் போனான்.

எல்லோர் கண்களும் இமைக்காது, கண்ணீரை புரள விட்டனர்.

ரஞ்சித் மனசில் லேசாய் புகுந்து, கெட்டியாய் பிடித்து உட்கார்ந்து கொண்டு... இப்போது இதயத்தை பிடுங்கிகிட்டு கீழே விழற மாதிரி...

'ஓ' வென்று கத்தணும்னு துடித்தான்.

ஆம்பளை கத்துவானா?

தாங்க முடியவில்லை...

'ஓ'ன்னு இரைச்சல் போட்டான்.

'அடி பாவி'ன்னு தலையிலடித்துக் கொண்டான் ஆக்ஸிடெண்ட்...

சீத்தா போய் விட்டாள்.

சின்ன சின்ன முடிச்சுகளை அவிழ்த்து விட்டு எல்லோரையும் பெரிய விஷயத்தில் திக்கு முக்காட வைத்துப் போய் விட்டாள்.

ரஞ்சித் அழுதபடியே திரிந்தான். சிலநாள் யாரும் சீத்தாவை மறந்ததாய் தெரியவில்லை.

ஆற்றங்கரை... குளத்தங்கரை... கிணற்றடி, புது டேங்க் எல்லா இடமும் அழுத காற்றுதான்.

புதிதாய் இல்லை.

யார் சொல்லட்டும்?

கதவைத் திற

காற்று வரட்டும் என்று...!

***

கதை குறித்து...

ஊரை உயர்த்தவேண்டும் என்ற தேவராஜின் உன்னதக் கொள்கைக்கு, இந்த ஊர் பெரியவர்கள் போடும் ஒவ்வொரு தடைக்கல்லையும் மீறி முன்னேறிச் செல்வதை அனுதாபம் கலந்த பரிவோடு நாமும் ரசிக்கிறோம்! எய்தவர்களின் ஆயுதத்தையே தனது ஆயுதமாக மாற்றிக் கொண்டு மீண்டும் போராடத் தயாராகும் தேவராஜனின் அரிய குணச்சித்திரம்" கைவேல் களிற் றோடு போக்கி வருபவன், மெய்வேல் பறியா நகும்" என்ற குறள் காட்டும் 'தமிழ் வீரனை நமக்கு நினைவு படுத்துகிறது இல்லையா?

சமுதாயத்தை முன்னுக்கு அழைத்துச் செல்வது தான் ஒரு நல்ல இலக்கியம். அல்லது சிறுகதையின் லட்சணம். அந்த வகையில் இந்தச் சிறுகதை ஒரு சுதிபேதமில்லாத சங்கீதம்!

கவிஞர், தமிழ் மாறன்

நடக்கும்....

"வைகறை காலம்
மேகங்கள் ஜாலம்
விழியிலே தெரியுது
வசந்தங்கள் கோலம்..."

விரல்களைச் சொடுக்கிய வண்ணம் சாலையின் இருமருங்கும் கேட்டுக் கொண்டிருந்த ஆலமரங்களையும், புளிய மரங்களையும் அண்ணாந்து, அண்ணாந்து பார்த்துக் கொண்டே ஒரு திரைக் கதாநாயகன் மாதிரி பாதி மண்ணில் கால்களைப் பாவித்தும், பாவியாதவனாய் துள்ளிச் சென்றான் தேவராஜ்.

அந்தச் சாலையின் ஓரங்களும் அவனும் ரொம்ப கால சிநேகிதர்கள். பட்டும் படாமலும் தொட்டும் தொடாமலும் அவர்கள் ஒரு நாளும் பழகியதில்லை. அவனின் ஆரம்ப கால படிப்பு, இந்தச் சாலையின் ஐந்து மைலைக் கடந்து தானே கரையேறின.

ஓ!.. அந்த செல்ல நாட்கள்! அப்படியொன்றும் வர்ணிக்கும் படியாய் அந்த நாட்கள் செல்லவில்லை தான். கூழுக்கும், ஊறுகாய்க்குமே திண்டாடிக் கொண்டிருந்த பொழுதுகள் தான் எப்படியோ அவனைப் பொறுப்புள்ளவனாயாக்கியது.

அவனுடைய நண்பர்களுடன் அவன் சரியாகக்கூட விளையாடி இருக்கமாட்டான். அவன் அந்த ஊரின் நொடிந்து போன குடும்பத்தின் விதவைத் தந்தையின் மகன். அவ்வளவு தான். பின் ஏன் ஊர் ஒட்டி உறவாடும்? தேவராஜ் விலகினான்.

தேவராஜிக்கு அரும்பு மீசை வளர்ந்தது. ஊரின் பழமை கொஞ்சம் லேசாய் நரைக்க ஆரம்பித்தது, பட்டப் படிப்பு முடித்து விட்டான்.

ஊருக்கு ஏதாவது செய்ய வேண்டும். என்ன செய்வது? படித்தவனே மொத்தம் ஆறு பேர் தான். அதுலே இரண்டு பேர் சாமியார். கோயிலே கதின்னு அர்ச்சனை பண்ணிட்டிருப்பான். இன்னும் இரண்டு பேருக்கு நிலமிருக்கு. வேலை செய்ய வேண்டிய அவசியமில்லை. இன்னும் ரெண்டு பேர் போய்ப் பார்ப்போம்...ம்... அதுவும் சரிப்படாது. இரண்டு கட்டுப்பெட்டி.

வந்த கொஞ்ச நாளாய் தீர்க்கமாய் யோசித்தான்.

“சரி... இது தான் வழி... இப்படித்தான் செய்யணும்... எதுக்கும் அதுக்கு முன்னாடி என்ன நடந்ததுன்னு கேட்டுத் தெரிஞ்சிக்கலாம். அது தான் நல்லது''

கத்தினான்... “அப்பா... அப்போவ்...''

கொல்லைப் புறத்தில் வாய்க்காலை சீவிக் கொண்டிருந்தார்.

புழக்கடை வழியே சென்று அப்பா அருகில் காதோரம் குனிந்து கேட்கலானான்.

“அப்பா கொஞ்ச காலத்துக்கு முன்னாடி ஏதாவது நம்ம ஊர்லே திருவிழா, தீபாவளி, பொங்கலுக்குன்னு கோலாகலமா கொண்டாடறதுக்கு ஒரு கமிட்டி வச்சாங்களா?”

“ஆமா... தாமஸ் கமிட்டி இருந்துச்சே... அந்த பாழுங் கொடுமைய ஏன் கேட்கிறே... ஏதோ சீட்டு விடறோம்னு சொல்லி அவங்களே தின்னுத் தீத்துட்டானுங்க.”

“அதில்லைப்பா... இதுமாதிரி வேற ஏதாச்சும்....

“ஆமாம்ப்பா... பண்ணாங்க. ஒரு வருஷம்... சரியா சொல்லனும்னா பதினாலு வருஷத்துக்கு முன்னாடி கோயில் விவகாரத்துலே தகராறு ஏற்பட்டுப்போச்சு. பெரிய கமிட்டி மெம்பர்களை எதிர்த்துகிட்டு இளவட்ட பசங்களெல்லாம் கும்பலா கூடிகிட்டு ஓஹோன்னு... திருவிழா பண்ணாங்க... கடைசி நேரத்துலே எந்தப் பாவியோ தெரியலே நாலைஞ்சு வீட்டைக் கொளுத்தி புட்டாங்க... அதுவும் இந்தப் பசங்களாலே தான் வந்ததுன்னு சொல்லிட்டு... அதுலேருந்து அவங்களை நடத்த விடறதில்லே அப்புறம் மறுபடியும் “பழைய குருடி கதவை திறடி”ன்ற கதையா போச்சே...''

தேவராஜ், கிராமத்தில் ஏதாவது செய்ய வேண்டுமென்று தீர்மானமாய் இருந்தான்.

என்ன செய்ய?

ஊர் கிணற்றில் தண்ணி இல்லாத குறை.

பள்ளிக்கூடம் கூரை மாத்தணும்.

ரோடு குறைஞ்ச பட்சம் மண்ணாவது கொட்டணும்.

ராத்திரி நேரத்துலே கம்பத்துலே விளக்கு எரிய வைக்கணும்.

இதுக்கெல்லாம் பணம்? அவன் எங்கே போறது?

தேவராஜ் சக நண்பர்களின் ஆர்வத்தோடு அந்த ஊர் பெரிய மனுஷரிடம் இளைஞர் சங்கத்தை ஆரம்பித்து வைக்க வேண்டுமென்று கேட்டுக் கொண்டான்.

ஊரிலுள்ள பெரிய மனுஷாளை எல்லாம் பேச வைத்தான்.

நண்பர்களுக்கு பாடவும், நாடகம் நடத்தவும் வாய்ப்பளித்தான்.

பொங்கலன்று அனைவருக்கும் போட்டிகள் வைத்தான்.

பெண் பிள்ளைகளுக்கு கோலப் போட்டி, நாற்காலிப் போட்டி ஆண்களுக்கு உயரம் தாண்டுதல், கபடி, சைக்கிள் ஆட்டம், பாட்டம்... ஊரே அமர்க்களப்பட்டது.

தேவராஜிக்கு ஊரில் ரொம்பவும் நல்ல பெயர். வாரத்திற்கு ஒரு நாள் ஊரின் விஷயங்களைப் பற்றிப் பேசி முடிவெடுத்தனர், பள்ளிக்கூட விஷயங்களில் ஈடுபட்டு கட்டித் தந்தனர்.

ரோடு வேண்டுமென அரசாங்கத்திற்கு விண்ணப்பம் தந்தனர்.

தேவராஜ் இத்தனைக்கும் அந்தப்பண விஷயத்தில் ரொம்பவும் ஜாக்கிரதையாக இருந்தான்.

இவனின் வளர்ச்சி அந்த ஊர் பெரிய மனுஷர் தர்மகர்த்தாவுக்கு புழுக்கத்தைத் தந்தது. இப்படியே போற போக்கில் விட்டால் தனக்கெல்லாம் ஒரு மரியாதையும் இல்லாது போய்விடுமோ?' எனப் பயந்தார்...

ஊரின் பல முதியோர்களைச் சந்தித்தார்.

"கிராமத்துல எவ்வளவோ நடக்குது. பாக்கவே சகிக்கலை தோ... நேத்து வந்த பய இப்ப என்னாடானா மைக்க புடிச்சு பேச ஆரம்பிச்சுட்டான். இது எங்க போய் விடுமோ? எனக் கொண்ணும் புரியலே."

பொடி வைத்துப் பேசியது புரிந்தாலும் எதிர்த்துப் பேச முடியாத நிலையில் மென்று விழுங்கிக்கொண்டே... "ஆமாம்... என்னென்னமோ நடக்குது. யாரு சொன்னா கேக்கப்போறா" தர்மசங்கடமாக சிரித்தார் மளிகைக்காரர்.

"அப்படியே விட்டுட முடியுமா என்ன? இதுக்கு முடிவே கிடையாதா? நல்லதுன்னா ராமன் பாதரட்சையை கூட நாம சுமந்துடலாம்... இது இராவணாட்சத செய்கை மாதிரியில்லே நடக்குதிங்கே..."

கோபமானார் தர்மகர்த்தர். மௌனமானார் மளிகைக்காரர்.

ஒரு சில நிமிடங்கழித்து அவரே மீண்டும் பேசினார்.

"இதுக்கெல்லாம் யாரு காரணம் தெரியுமோ?"

குறுக்கு நெடுக்கும் தலையாட்டினார்.

"தெரியாதா?"

"ஊஹும்... நான் எதைத் தெரிஞ்சுகிட்டுட்டேன், இதைத் தெரிஞ்சுக்கப் போறேன். நீங்களே சொல்லுங்க."

"வேறயாரு...கழுதை கெட்டா குட்டிச்சுவரு... அந்தக் கிறுக்குப் பய தேவராஜ்தான். என்னமோ படிச்சு கிழிச்சிட்டானாமில்லே... மரியாதை தெரியாத பய..."

"அந்த பய்யனுங்களா?"

"அவன் தான். நீ அவங்கப்பன்கிட்டே போய் நல்ல தனமா சொல்லிட்டு வா! அப்புறமும் கன்னா பின்னான்னு நடந்துகிறான்னா அவனை நாம காப்பாத்த முடியாது."

தேவராஜிக்கு விஷயம் தெரிய ஆரம்பித்தது. அவசரமாய் நண்பர்களைக் கூட்டினான்.

"நாம நல்லது பண்றது கொஞ்ச பேருக்கு ஆகல. அதனால நாம அவங்களை நேரடியா பகைச்சிக்க முடியாது. அது அவ்வளவு நல்லதாவும் இருக்காது அதனாலே அவங்க என்ன சொன்னாலும் அமைதியா முடிஞ்ச வரைக்கும் சுமுகமா போயிடணும். அது தான் நல்லது.

“வர்ற கூழ் ஊத்தற திருவிழாவிலே ஒரு கூத்து நடத்துவோம். சாமுண்டீஸ்வரி அம்மன் கோவில் எதிரிலே நடத்தறோம். அந்த கூத்து புதுசா இப்ப இருக்கிற விஷயங்களை வச்சி சொல்லணும். யார் யாரு வேஷம் கட்டிக்கிறது...’’

எழுந்து ஒருவன் கோபமாய் பேசினான்.

“வேஷம் கட்டிக்கிறது இருக்கட்டும். வருஷா வருஷம் உங்க தெருவிலே தான் கூத்து நடத்தணுமா? எங்க தெருவு என்ன அவ்வளவு எளப்பமா?”

இன்னொருவன் எழுந்தான்.

“என்னடா பிரிச்சு பிரிச்சு பேசறே? எந்த தெருவா இருந்தா என்னா? அந்தவழக்கமான இடத்துலே உட்கார்ந்து நாலூருஜனமும் பாப்பாங்க. உங்க தெருவுல இடம் போதாதுன்னு நடத்தலே. இதுக்கு என்னமோ கச்சை கட்டிகிட்டு வர்றியே’’

இன்னொருவன் எழுந்து... “எல்லாம் தெரியும்பா சும்மா நடிக்காதே. உங்க தெருவு ஆளே தலைவர், செயலாளர், பொருளாளர்... ஆங்... போங்கு... யாராவது இளிச்சவாயன் இருப்பான் அவங்கிட்ட போயி சொல்லு... கேட்டுட்டு சரிம்பான்.”

தூண்டி விட்டுத்தான் இப்படிப் பேசுகிறார்கள் என்பது நன்றாகப் புரிந்து விட்டது தேவராஜிக்கு... இந்த விஷயத்தை சமரசம் செய்யும் நோக்கமாய்

“சரி... சரி... அவங்க இஷ்டப்படியே இந்த வருஷம் கூத்து பக்கத்து தெரிவுலே வச்சுக்கலாம்.”

“முடியாது... முடியாது... ஏன் மாத்தணும். சில்லரைப் பசங்க கேக்கறாங்கன்னு மாத்தணுமா? கூடாது’’ என்றான் ஒருத்தன். இவனும் தூண்டுகோலால் தான் பேசினான்.

கைமீறிப் போனது விஷயம். கூத்து இரண்டு தெருவிலும் ஒரே ராத்திரியில் நடந்தது...

கிராமம் ரொம்பவும் விகாரப்பட்டு போனது அந்த ராத்திரியில்...

அந்தத் தெரு தனியாய்... இந்தத் தெரு தனியாய்...

சம்மந்திகளின் பாடு ரெண்டாங் கெட்டானாய் தவித்தது. மாமியார், மருமகள், மாமனார், மருமகன் உறவு கொஞ்சம் சுணக்கப்பட ஆரம்பித்தது.

போட்டா போட்டியில் சின்ன சின்னத் தகராறும் வலுத்தது.

தேவராஜோடு இரண்டு பேர் மட்டும் இருந்தனர்.

ஒருவன் வெளியூரில் வேலை கிடைத்ததும் போய் விட்டான்.

தேவராஜ் எது செய்ய ஆரம்பித்தாலும் போட்டி பொறாமை வலுத்தது. பெரியோர்கள் சிலர் இதில் ஈடுபட்டு தங்கள் அரிப்பை தீர்த்துக் கொண்டனர்.

கொஞ்ச காலம் அமைதியாய் இருக்க நேர்ந்தது. நண்பன் ஒருத்தன் குளிக்கப் போகும் சாக்கில் இடறி விட்டான் ஒருவன், அப்புறம் அவன் சாக்கு போக்குச் சொல்லி தப்பி விட்டான். மிஞ்சியது தேவராஜ் ஒருத்தன் தான்.

ஒரு நாள் ராத்திரி பத்து மணி சினிமா பார்த்துவிட்டு கிராமத்துக்கு நடந்து வந்து கொண்டிருந்தான். கூடவே அக்கம் பக்கத்துக்கு வீட்டுக்காரர்கள், பெண்கள் சிறுவர்கள், வந்து கொண்டிருந்தனர்...

ஒரு ஓடைப் பள்ளத்தில் இறங்கி ஏறும்போது பின்னால் வந்த பெண் அலற ஆரம்பித்தாள்...

"ஐயோ... கையைப் பிடிச்சு இழுக்கிறானே... ஐயோ..." கத்தினாள்.

திரும்பிப் பார்க்கும் முன் விளாவிலும். கன்னத்திலும், வயிற்றிலும், மாறி மாறி அடித்து சாத்தி, சாய்க்க வைத்தனர்.

ஊருக்கு எடுத்துக் கொண்டு போய் கம்பத்தில் அந்த ராத்திரி முழுதும் கட்டி வைத்தனர்.

அவன் ஒன்றுமே செய்ய முடியாத நிலையில் பஞ்சாயத்து தொடங்கியது.

அடுத்த தெரு நண்பர்களும், தர்மகர்த்தா, இன்னும் பெரிய மனுஷாள்களும் கூடிப் பேசினர்.

"கல்யாணம் ஆவாத பெண்ணை கையைப் பிடிச்சு இழுத்தது. இந்த ஊருலே இது வரைக்கும் நடந்ததில்லே. அதுவும் ஊருக்கு நல்ல விஷயங்களை செய்யறேன்னு சொல்லிட்டு இருக்கிற தேவராஜே இப்படி பண்ணனது ரொம்பவும் கேவலமா இருக்கு"

மான உணர்வுகளைத் தூண்டி விட்டார் தர்மகர்த்தா...

"நான் ஒண்ணும் சொல்லப் போறதில்லே. எல்லாரு வீட்டிலேயும் பொண்ணு இருக்குது. யோசிச்சு சொல்லுங்க."

தேவராஜ் அப்பா கேட்டார். "இவன் தான் இழுத்தான்னு யார் சொன்னது? பார்த்தாங்களா நேரா?"

"ஏன் பார்க்கணும்... பொண்ணே சொல்லுதே." தர்மகர்த்தா பதில் சொன்னார்.

"பொண்ணு பதில் சொல்லட்டும்."

பெண் பேசினாள்.

"ஆமாம் இழுத்தாரு..."

"வேறு என்ன பண்ணாரு..."

"வேற...ம்...அப்புறம் கட்டிப் புடிச்சாரு"

"அவ்வளவு தானா?"

"ஆமா... இல்ல... இல்லே ...சே?...ஞாபகம் வரமாட் டேங்குதே... வச்சுக்கிறேன் வர்றியா"ன்னாரு...

"அம்புட்டுதானா?"

"அம்புட்டுதான்."

"இதுக்கு என்ன பரிகாரம்"

"நானே கல்யாணம் பண்ணிக்கிறேன்" யாரும் எதிர்பார்க்காத நிலையில் தேவராஜ் சொன்னான்.

துணுக்குற்றது கூட்டம்.

வேறு வழியில்லாமல் கல்யாணம் நடந்தது. ஆனாலும் கோயிலுக்கு அபாரதம் நூறு கட்டினான்.

அந்தப் பெண்.

இப்போது தேவராஜ் மனைவி.

அவள் அடுத்த தெருவின் தூண்டுகோலாய் வந்து தேவராஜிக்கு சரணாலயம் ஆனாள்.

தேவராஜ் யோசித்தான். மீண்டும் கிராமத்தில் நல்லது செய்ய வேண்டும். அதற்கு மனைவியையும் உடந்தையாக்க வேண்டும்.

அந்த விஷயத்தில் அவன் தீவிரம் காட்ட முனைந்தான்.

இந்த தெருவும் அடுத்த தெருவும் சம்பந்தி அல்லவா இப்போது

தேவராஜ் சும்மாவா இந்த நேரத்தை விடுவான்? சொந்த பந்தத்தில் மீண்டும் புதுசாய் மன்றம். ஆரம்பிக்கத் தலைப்பட்டான்.

***

ஆசிரியரின்
பரிதி பதிப்பக நூல்கள்

ராசி அழகப்பன் கவிதைகள்   கவனிக்க மறந்த காதல்
விலை ரூ.400   விலை ரூ.400

தாய்நிலம்
விலை ரூ.400